AF747034

ഗ്രീൻ ബുക്സ്

നീലപ്പൊന്മാൻ

അനു ബാബു

ഇടുക്കി ജില്ലയിലെ കട്ടപ്പനയിൽ ജനനം.
നെല്ലിപ്പുഴയിൽ ബാബു ജോസഫിന്റെയും
സാലമ്മ ബാബുവിന്റെയും മൂത്ത മകൻ.
ബിസിനസ്സ് അഡ്മിനിസ്ട്രേഷനിൽ
ബിരുദാനന്തര ബിരുദം. നിരവധി കഥകളും
ടെലിവിഷൻ പരമ്പരകളും എഴുതി.
മലയാള മനോരമ ആഴ്ചപ്പതിപ്പിൽ
പ്രസിദ്ധീകരിച്ച ഇനിയൊരു ജന്മം കൂടി എന്ന
നോവലിനുശേഷം രണ്ടാമത്തെ നോവലാണിത്.
നോവലിസ്റ്റായും തിരക്കഥാകൃത്തായും ജോലി ചെയ്യുന്നു.

ഗ്രീൻ ബുക്സ് പ്രസിദ്ധീകരിച്ച
ഗ്രന്ഥകാരന്റെ ഇതരകൃതി

ഇനിയൊരു ജന്മംകൂടി

നോവൽ

നീലപ്പൊന്മാൻ

അനു ബാബു

ഗ്രീൻ ബുക്സ്

green books private limited
gb building, civil lane road, ayyanthole,
thrissur- 680 003, kerala, ph: +91 487-2381066, 2381039
website: www.greenbooksindia.com
e-mail: info@greenbooksindia.com

branches:
thrissur 8589095302
thiruvananthapuram 8589095301
calicut 8589095307

malayalam
neelapponman
novel
by
anu babu

published september 2024

cover design : rajesh chalode

printed in india
indus offset printers

isbn : 978-81-977388-4-5

₹ 170.00
GBPL/1385/2024

സമർപ്പണം

പ്രണയികൾക്ക്...

നീലപ്പൊന്മാൻ

ഒന്ന്

ഔദ്യോഗികമായി ഒരു പെണ്ണുകാണൽ ചടങ്ങു വേണ്ട എന്ന തീരുമാനം തനൂജയുടേതായിരുന്നു.

വില്പനയ്ക്കു നിരത്തിയ പാവകളിൽ ഒന്നിനെപ്പോലെ വിവാഹക്കമ്പോളത്തിൽ പ്രദർശനത്തിനു വയ്ക്കേണ്ടതല്ല തന്റെ ശരീരമോ മനസ്സോ എന്ന് അവൾ വീട്ടുകാരോടു നിർബന്ധിതസ്വരത്തിൽ പറഞ്ഞു. തനൂജ ഒരു തീരുമാനമെടുത്താൽ അതിൽനിന്ന് അവളെ പിന്തിരിപ്പിക്കുക പ്രയാസമാണെന്ന് അറിയാവുന്ന ലളിതശ്രീ മകളെ സപ്പോർട്ട് ചെയ്തു.

"ഏതെങ്കിലും പാർക്കിലോ ബീച്ചിലോ റസ്റ്റോറന്റിലോ വച്ചു കുട്ടികൾ തമ്മിൽ കാണട്ടെ. നമ്മളായിട്ട് ഒന്നും അടിച്ചേൽപ്പിക്കേണ്ട." ലളിതശ്രീ ഭർത്താവ് ചന്ദ്രകുമാറിനോടു പറഞ്ഞു.

ഭാര്യയുടെ വാക്കിനു മറുവാക്കില്ലാത്തതിനാൽ ചന്ദ്രകുമാർ ആ നിർദ്ദേശം അംഗീകരിച്ചു.

"താങ്ക്യൂ ലളിതാമ്മേ." തനൂജ ലളിതശ്രീയുടെ കവിളിൽ ഉമ്മ വച്ചു.

തനൂജയെയും സഹോദരൻ ഹരിശാന്തിനെയും ലളിതയായിരുന്നില്ല പ്രസവിച്ചത്. ചന്ദ്രകുമാറിന്റെ ആദ്യഭാര്യ ഇന്ദുമതി തനൂജയ്ക്ക് നാലു വയസ്സുള്ളപ്പോൾ ഒരു കാറപകടത്തിൽപെട്ടു മരിച്ചതാണ്. ഹരിശ്രീ എക്സ്പോർട്ടേഴ്സിന്റെ മാനേജിങ് ഡയറക്ടറായിരുന്ന ചന്ദ്രകുമാർ ഭാര്യയുടെ അകാലമരണത്തോടെ ആകെ തളർന്നു. ഹരിശാന്തിന് അന്ന് എട്ടു വയസ്സായിരുന്നു പ്രായം. മകന്റെയും മകളുടെയും സംരക്ഷണവും വിഭാര്യനായുള്ള ഏകാന്തജീവിതവും മറികടക്കാനാവാത്ത പ്രതിബന്ധങ്ങളായി മാറിയപ്പോഴാണ് ചന്ദ്രകുമാർ വീട്ടുകാരുടെ നിർബന്ധത്തിനു വഴങ്ങി പുനർവിവാഹത്തിനു സമ്മതിച്ചത്.

സാമ്പത്തികമായി വളരെ താഴ്ന്ന നിലയിലായിരുന്നു ലളിതശ്രീയുടെ കുടുംബം. മുപ്പതുകൾ എത്തിയിട്ടും വിവാഹമെന്ന സ്വപ്നം

തീണ്ടാപ്പാടകലെയായി. അങ്ങനെയാണ് ലളിതശ്രീ ചന്ദ്രകുമാറിന്റെ ജീവിതത്തിലേക്ക് എത്തുന്നത്. താൻ ജീവിതത്തിലെടുത്ത ഏറ്റവും നല്ല തീരുമാനമെന്ന് ആ വിവാഹത്തെക്കുറിച്ചു പിന്നീടു ചന്ദ്രകുമാർ വിലയിരുത്തിയിട്ടുണ്ട്. തനൂജയ്ക്കും ഹരിശാന്തിനും അമ്മയില്ലാത്തതിന്റെ സങ്കടമോ പരാതികളോ പിന്നീട് ഉണ്ടായിട്ടില്ല

ലളിതശ്രീ അവർക്കു ലളിതാമ്മയായി. പെറ്റമ്മയേക്കാൾ വലിയ പോറ്റമ്മയായി.

“നിന്റെ ചെറുക്കൻ ഒരു പൊലിസ് ഇൻസ്പെക്ടറാ. നിങ്ങളുടെ അനൗദ്യോഗിക കൂടിക്കാഴ്ച എങ്കിൽ പിന്നെ പൊലീസ് സ്റ്റേഷനിലാക്കാം.” ചന്ദ്രകുമാർ മകളോടു തമാശമട്ടിൽ പറഞ്ഞു.

“അച്ഛനു ഹ്യൂമർസെൻസ് ഇല്ലാന്നു ഞാൻ പറയില്ല. പക്ഷേ, പതിനേഴാം നൂറ്റാണ്ടിലെ കാലഹരണപ്പെട്ടുപോയ കോമഡിയൊക്കെയേ വായീന്നു വീഴൂ.” തനൂജ പരിഹസിച്ചു.

“അവളുടെ ഇഷ്ടത്തിനു വിട്ടേക്കു ചന്ദ്രേട്ടാ.” ലളിതശ്രീ പറഞ്ഞിട്ടു തനൂജയെ നോക്കി

“നീതന്നെ സമയോം സ്ഥലോമൊക്കെ തീരുമാനിച്ചോ. അച്ഛനതു സത്യനെ വിളിച്ചു പറഞ്ഞോളും.”

“സത്യനെന്നാണോ പേര്, വല്ല ബ്ലാക്ക് ആൻഡ് വൈറ്റ് കാലത്തെ കക്ഷിയുമാണോ? ഡാഡിയുടെ സെലക്ഷനായതുകൊണ്ടാ എനിക്കീ പേടി.”

തനൂജ ഒളികണ്ണിട്ട് അച്ഛനെ നോക്കി.

“അക്കാര്യത്തിൽ നീ പേടിക്കേണ്ട സത്യജിത്തെന്നാ ഫുൾ നെയിം. ഏതു പെങ്കൊച്ചും വീണുപോകും. നമ്മുടെ പൃഥ്വിരാജിനെപ്പോലെയുണ്ട്.”

“ഫോട്ടോയിൽ ഒരുപാടു പൃഥ്വിരാജും ദുൽഖർ സൽമാനുമൊക്കെ കാണും. നേരിട്ടു കണ്ടാൽ അറിയാം സത്യാവസ്ഥ.” തനൂജ അനുകൂലമല്ലാത്ത സ്വരത്തിൽ പറഞ്ഞു.

“നീ കണ്ടുനോക്ക്. ആദ്യം ടൈം ആൻഡ് പ്ലേയ്സ് ഫിക്സ് ചെയ്യ്.” ചന്ദ്രകുമാർ സംസാരം അവസാനിപ്പിച്ചു.

മറൈൻ ഡ്രൈവിലുള്ള ഒരു പഞ്ചനക്ഷത്ര ഹോട്ടലിൽ മീറ്റിങ് തീരുമാനിച്ചത് തനൂജയായിരുന്നു.

ഉച്ചയ്ക്കു പന്ത്രണ്ടു മുപ്പതോടെ തനൂജ സ്വയം ഡ്രൈവ് ചെയ്തു ഹോട്ടലിൽ എത്തി. റസ്റ്റോറന്റിൽ ബുക്ക് ചെയ്തിരുന്ന ക്യാബിന്റെ ശീതളിമയിൽ പതിനഞ്ചു മിനിറ്റോളം അവൾ കാത്തിരുന്നു. ക്യാബിന്റെ ചുമരുകൾ സുതാര്യമായ ഇംപോർട്ടഡ് ഗ്ലാസുകൾകൊണ്ടു നിർമിച്ചതായിരുന്നു. റസ്റ്റോറന്റ് ഹാളിന്റെ മെയിൻ ഡോറിലൂടെ കാക്കി

യൂണിഫോം ധരിച്ച് ഒരുദ്യോഗസ്ഥൻ കയറിവരുന്നതു തനൂജ കണ്ടു. അവൾക്ക് ഉള്ളിലൊരു പരിഭ്രാന്തി ഉണർന്നു. കാക്കി യൂണിഫോമിന്റെ കളറും ചലനങ്ങളും കുട്ടിക്കാലം മുതലേ നെഞ്ചിലൊരു ആളൽ ഉയർത്താറുണ്ട്.

കയറിവന്ന പൊലീസുകാരൻ ക്യാബിൻ നമ്പറുകൾ നോക്കിയിട്ട് ധൃതിയില്ലാതെ നടന്നുവരുന്നതു തനൂജ കണ്ടു. അയാൾ തനൂജയുടെ ക്യാബിന്റെ ഡോറിൽ ഒന്നു തട്ടിയിട്ട് വാതിൽ അല്പം തുറന്നു.

"മേ ഐ കമിൻ?"

തനൂജ എഴുന്നേറ്റു നിന്നു.

"യേസ് സാർ. പ്ലീസ് കമിൻ."

സത്യജിത്ത് അകത്തേക്കു കയറി.

അയാൾ തൊപ്പിയൂരി ടേബിളിന്റെ അരികിലായി വച്ചു. ആറടിയോളം ഉയരവും വെളുത്ത മുഖവും ദൃഢമായ ശരീരവുമായിരുന്നു സത്യജിത്തിന്റെ പ്രത്യേകതകൾ. അവൻ ആകാംക്ഷയോടെ തനൂജയെ നോക്കി. വെളുത്തു കൊലുന്നനെയുള്ള ഒരു സുന്ദരി. സിൽക്ക് നാരുകൾപോലെ പാറിക്കിടക്കുന്ന മുടിയിഴകൾ. സത്യജിത്തിന്റെ മുഖത്ത് ഒരു സൗഹൃദച്ചിരി വിടർന്നു. തനൂജയ്ക്ക് അല്പം ആശ്വാസമനുഭവപ്പെട്ടു.

"അയാം സത്യജിത്ത്." അവൻ ഹസ്തദാനത്തിനായി നീട്ടി.

"തനൂജ." അവൾ അവന്റെ ഇളംചൂടുള്ള കൈപ്പത്തി മൃദുവായി കവർന്നുകൊണ്ടു പറഞ്ഞു.

ഇരുവരും കസേരകളിൽ ഇരുന്നു. തനൂജ തെല്ല് അസ്വസ്ഥതയോടെ സത്യജിത്തിനെ നോക്കി.

"ഇങ്ങനെയൊരു സാഹചര്യത്തിൽ ഈ യൂണിഫോമും ധരിച്ചു വന്നത് ബോറായി അല്ലേ?" ആർജ്ജവമുള്ള സ്വരത്തിൽ സത്യജിത്ത് ചോദിച്ചു.

"ഉം... നല്ല ബോറായി." തനൂജ ഉറപ്പിച്ചു പറഞ്ഞു.

സത്യജിത്തിന്റെ മുഖത്തെ പുഞ്ചിരി ഒരു ചിരിയായി വിടർന്നു. തനൂജയുടെ മുഖത്തും ഒരു മന്ദഹാസം നിറഞ്ഞു

"ഐ ലൈക്കിറ്റ്. കാര്യങ്ങൾ തുറന്നുപറയുന്നവരെയാ എനിക്കിഷ്ടം. സത്യത്തിൽ ഇന്നു ലീവെടുക്കാവുന്ന ഒരു സാഹചര്യമായിരുന്നില്ല. പിന്നെ ഒരു മണിക്കൂർ മാത്രം വേണ്ടിവരുന്ന ഒരു മീറ്റിങ്ങിനുവേണ്ടി ഒരു ഫുൾ ഡേ കളയേണ്ട കാര്യമില്ലല്ലോ." സത്യജിത്ത് പറഞ്ഞു.

ആദ്യം തോന്നിയ അകൽച്ചയും അമ്പരപ്പും ക്രമേണ തനൂജ യെയും വിട്ടൊഴിഞ്ഞു. കൃത്യമായ വാക്കുകളും തുറന്ന പെരുമാറ്റവും കാപട്യമില്ലാത്ത മുഖഭാവങ്ങളുമായിരുന്നു സത്യജിത്തിന്റെ പ്രത്യേക തകൾ. തനൂജയുടെ ഹൃദ്യമായ സംസാരവും ആകർഷകമായ പുഞ്ചി രിയും കുലീനമായ പെരുമാറ്റവും സത്യജിത്തിനെയും ആകർഷിച്ചു. ലഞ്ചിനുള്ള വിഭവങ്ങൾ ബെയററർമാർ കൊണ്ടുവന്നപ്പോൾ സത്യ ജിത്ത് തനൂജയെ നോക്കി.

"നമ്മുടെ മീറ്റിങ്ങിന്റെ ഉദ്ദേശ്യം നടന്നില്ലേ? കണ്ടു. സംസാരിച്ചു. പരിചയമായി. ഇനിയീ ലഞ്ചിൽനിന്ന് എന്നെയൊന്ന് ഒഴിവാക്കി തന്നുകൂടെ. ഉച്ചയ്ക്കു വീട്ടിൽ അമ്മ വയ്ക്കുന്ന ചോറും കറികളുമാ എനിക്കു കൂടുതലിഷ്ടം."

"എനിക്കുമതാ താൽപര്യം. ലഞ്ച് അച്ഛന്റെ നിർബന്ധമാ. മിസ്റ്റർ സത്യജിത്തിന് ഞങ്ങളെക്കുറിച്ചു മോശമൊന്നും തോന്നരുതല്ലോ." തനൂജ പുഞ്ചിരിയോടെ പറഞ്ഞു.

"തന്നെ കണ്ടല്ലോ. അതിനപ്പുറം ഇനി ഇംപ്രസ് ചെയ്യാൻ വേറൊന്നും വേണ്ട. പിന്നെ ഈ ഫുൾനെയിം വിളി ഒന്നൊഴിവാക്കി ത്തന്നാൽ സന്തോഷം. ഇഷ്ടമുണ്ടെങ്കിൽ, യു കാൻ കോൾ മീ സത്യ."

തനൂജ ഒരുനിമിഷം ആലോചിച്ചിട്ടു മെല്ലെ തലയിളക്കി.

"ഓകെ, ഓകെ സത്യാ."

സത്യജിത്തിന്റെ മുഖം വിടർന്നു.

"അപ്പോഴിനി ബാക്കി കാര്യങ്ങൾ വീട്ടുകാർ തീരുമാനിക്കട്ടെ അല്ലേ?" സത്യജിത്ത് ചോദിച്ചു.

അതിനും തനൂജ തലയാട്ടി. മനസ്സാൽ അവർ സ്വയം വരിച്ചു കഴിഞ്ഞിരുന്നു. ലഞ്ച് പാഴാക്കിക്കളയേണ്ട എന്ന തീരുമാനത്തിൽ വിഭവങ്ങൾ പാഴ്സലായി വാങ്ങിക്കൊണ്ടാണ് തനൂജ വീട്ടിലേക്കു തിരിച്ചുപോന്നത്.

മുപ്പതേക്കറോളം വിശാലമായി പരന്നുകിടക്കുന്ന ഒരു ഫാം ഹൗസിന്റെ രൂപഘടനയായിരുന്നു അവർ താമസിച്ചിരുന്ന ശ്രീനിലയം എന്ന വീടിന്റേത്.

കാർ മുറ്റത്തേക്കു പ്രവേശിക്കുമ്പോഴേ ഹരിശാന്തിന്റെ ലക്ഷ്വറി ബൈക്ക് പോർച്ചിൽ കിടക്കുന്നതു തനൂജ കണ്ടു. സഹോദരൻ എത്തി എന്നതിന്റെ സന്തോഷത്തിനുമീതെ തനൂജയുടെ ഹൃദയത്തിൽ ഒരു ആശങ്ക പടർന്നു. കഴിഞ്ഞ ആറുമാസമായി അത് അങ്ങനെയാണ്.

ഹരിശാന്തിന്റെ സംസാരത്തിലും പ്രവൃത്തിയിലുമൊക്കെ അപ കടകരമായ ഒരു മാറ്റം പാഴ്സൽ കവറുകളുമായി തനൂജ വീടിന്റെ

സിറ്റൗട്ടിലേക്കു കയറി ബെല്ലടിച്ചു. ലളിതശ്രീയാണ് വാതിൽ തുറന്നത്. അവർ കുളിച്ചു വേഷം മാറിയിരുന്നു. നെറ്റിയിൽ ചന്ദനത്തിന്റെ പീതവർണം.

"ഹരിയേട്ടനെത്തിയോ?" തനൂജ ചോദിച്ചു.

"ഉം... സംസാരിക്കാനൊന്നും നിന്നില്ല. നേരെ മുറിയിലേക്കു പോയി." ലളിതശ്രീ വിഷാദസ്വരത്തിൽ പറഞ്ഞു.

ഹരിയേട്ടന്റെ മാറ്റത്തിൽ ലളിതാമ്മയ്ക്കും വേദനയുണ്ടെന്നു തനൂജയ്ക്കറിയാം.

"എന്തായി കൂടിക്കാഴ്ച?" ലളിതശ്രീ വിഷയം മാറ്റാനായി ചോദിച്ചു.

"കക്ഷി വന്നു, കണ്ടു, സംസാരിച്ചു, കീഴടക്കി." തനൂജ പുഞ്ചിരിച്ചു.

"ശരിക്കും?" ലളിതാമ്മയ്ക്ക് ആശ്ചര്യം.

"ഉം... എനിക്കു വിരോധമൊന്നുമില്ലെന്ന് അച്ഛനോടു പറഞ്ഞോ." തനൂജ ഒഴിഞ്ഞുമാറി അകത്തേക്കു പോയി.

ലളിതശ്രീ മനസ്സു നിറഞ്ഞു നിന്നു. മുറിയിലെത്തി വേഷം മാറ്റിയിട്ട് തനൂജ ഹരിശാന്തിന്റെ റൂമിലേക്കു പോയി.

അവൻ വാഗമണ്ണിലെ റിസോർട്ടുകളുടെ മേൽനോട്ടച്ചുമതല വഹിക്കുന്നവനാണ്. ഇടയ്ക്കിടെ ശ്രീനിലയത്തിൽ എത്തുമ്പോൾ താമസിക്കുന്ന മുറിയാണത്. ചാരിയിരുന്ന വാതിൽ തുറന്നു തനൂജ അകത്തേക്കു കയറി. മുറിയാകെ അലങ്കോലപ്പെട്ടു കിടക്കുകയാണ്. വാരിവലിച്ചിട്ടിരിക്കുന്നതുപോലെ വസ്ത്രങ്ങളും അലങ്കാരപ്പോട്ടുകളും ഫർണിച്ചറുകളുമൊക്കെ സ്ഥാനംതെറ്റി കിടക്കുന്നു. ഹരിശാന്ത് കിടക്കയിൽ ഉറങ്ങിക്കിടക്കുകയാണ്.

"ഹരിയേട്ടാ..." തനൂജ വിളിച്ചുവെങ്കിലും പ്രതികരണമൊന്നും ഉണ്ടായില്ല. അവൾ കിടക്കയിൽ ഹരിശാന്തിന് അരികിലായി ഇരുന്നു. അവന്റെ ഉച്ഛ്വാസവായുവിൽ മദ്യഗന്ധം. അമ്മയുടെ നിറമായിരുന്നു ഹരിശാന്തിന്. തനൂജ മെല്ലെ വിരലുകൾ അവന്റെ നെറ്റിയിൽ സ്പർശിച്ചു. ചിതറിക്കിടക്കുന്ന മുടിയിഴകൾ അവൾ മെല്ലെ ഒതുക്കിവച്ചു. കിടക്കയിൽ കമിഴ്ന്നുകിടക്കുന്ന നിലയിൽ ഒരു ഫോട്ടോഗ്രാഫ് തനൂജ കണ്ടു. അവളതെടുത്തു നോക്കി. ഒരു പെൺകുട്ടിയുടെ ചിത്രമായിരുന്നു അത്. മുഖത്തിനു മീതെ ചുവപ്പുമഷി പടർന്നിരിക്കുന്നു. പക്ഷേ, വിടർന്ന കണ്ണുകൾ അവളെ ശാന്തതയോടെ നോക്കി.

ഈ മുഖം പരിചിതമാണെന്നു തനൂജയ്ക്കു തോന്നി. ഈ പെൺകുട്ടിയാണോ ഹരിയേട്ടന്റെ മനസ്സു തകർത്തത്? ഇവളെയോർത്തു നീറിയാണോ ഹരിയേട്ടൻ ജീവിതവിരക്തിയോടെ നടക്കുന്നത്? പ്രണയത്തിന്റെ വേദനകളും നിരാസത്തിന്റെ ഉഷ്ണമേഖലകളും തനൂജയ്ക്കു പരിചിതമാണ്.

ആരോടും തുറന്നുപറയാത്ത ഒരു പ്രണയകഥ അവളുടെ കൗമാരത്തെയും വർണാഭമാക്കിയിട്ടുണ്ട്. അതു വിട്ടുകളയേണ്ടിവന്നപ്പോഴുണ്ടായ അഗ്നിജ്വാലകൾ അവളുടെ ഹൃദയത്തെയും എരിയിച്ചിട്ടുണ്ട്. അത്തരമൊരു വേദന ഹരിയേട്ടനുണ്ടെങ്കിൽ എന്തുകൊണ്ടാണ് തന്നെ അറിയിക്കാത്തത്. എല്ലാം പങ്കുവയ്ക്കുന്ന കൂടപ്പിറപ്പുകളായിരുന്നല്ലോ തങ്ങൾ. തനൂജയ്ക്കു ഹൃദയത്തിലെങ്ങോ ഒരു ഭാരമനുഭവപ്പെട്ടു. തിരുവനന്തപുരത്തുനിന്നു സോഫ്റ്റ്‌വെയർ എൻജിനീയറായി ചെയ്തിരുന്ന ജോലി രാജിവച്ച് നാട്ടിലേക്കു പോരുവാനുള്ള തീരുമാനം തനൂജ എടുത്തതിന് പിന്നിലെ കാരണങ്ങളിൽ ഒന്ന് വിവാഹമായിരുന്നു.

രണ്ടാമത്തേത് ഹരിയേട്ടന്റെ ജീവിതത്തിൽ സംഭവിച്ചത് എന്താണെന്ന് അറിയണമെന്ന ദൃഢനിശ്ചയവും. സദാ പ്രസന്നനും വാചാലനുമായി നടന്ന ഹരിശാന്തിൽ മാറ്റങ്ങൾ തുടങ്ങിയത് ഒരു വർഷം മുൻപായിരുന്നു. സംസാരം നിലച്ചു. വല്ലപ്പോഴും വിളിച്ചാലും ഒന്നോ രണ്ടോ വാക്കുകളിൽ കുശലാന്വേഷണം മാത്രം. അപ്പോഴൊന്നും ആരും അയാളെക്കുറിച്ചു പരാതികൾ പറഞ്ഞിരുന്നില്ല എന്നു മാത്രം.

ആറുമാസം മുൻപ് മദ്യപിച്ചു ബോധമറ്റ് ഒരു യുവാവ് റോഡരികിൽ കിടക്കുകയാണ് എന്നു ചന്ദ്രകുമാറിനെ പട്രോളിങ് പൊലീസ് വിളിച്ചറിയിക്കുന്നതോടെയാണ് പ്രശ്നങ്ങളുടെ തുടക്കം. ബൈക്കിൽ പതിച്ചിരുന്ന ഹരിശ്രീ എക്സ്പോർട്ട്സിന്റെ സ്റ്റിക്കറാണ് ചന്ദ്രകുമാറിനെ വിളിക്കാൻ പൊലീസിനെ പ്രേരിപ്പിച്ചത്. അന്നുവരെ മദ്യമോ സിഗരറ്റോ മറ്റേതെങ്കിലും ലഹരിപദാർത്ഥമോ കൈകൊണ്ടു തൊടാതിരുന്ന ഹരിശാന്തിന്റെ മാറ്റം എല്ലാവരെയും അമ്പരപ്പിച്ചു. പക്ഷേ, അതേക്കുറിച്ച് ആരോടും സംസാരിക്കാൻ ഹരിശാന്ത് തയ്യാറായിരുന്നില്ല. തന്റെ അപകടയാത്ര അവൻ നിർബാധം തുടർന്നുകൊണ്ടിരുന്നു. ഇപ്പോൾ അവിചാരിതമായി തന്റെ കൈയിലെത്തിയ ഈ ഫോട്ടോ ഹരിയേട്ടന്റെ ജീവിതാകാശത്തെ ചൂഴ്ന്നുനിൽക്കുന്ന രഹസ്യങ്ങളിലേക്കു തുറക്കുന്ന വാതിലാകുമോ എന്നു തനൂജ സംശയിച്ചു.

എന്തെങ്കിലുമൊരു തുമ്പു കിട്ടിയാൽ അതിലേക്കു പിടിച്ചുകയറി സഹോദരനെ വീണ്ടെടുക്കാമല്ലോ എന്ന പ്രത്യാശയോടെ തനൂജ എഴുന്നേറ്റു. ആർദ്രതയോടെ ഹരിശാന്തിനെ നോക്കിയിട്ട് അവൾ മുറി വിട്ടിറങ്ങി. റൂമിലെത്തിയ തനൂജ ഫോട്ടോഗ്രാഫ് ടേബിളിനു മീതെ വച്ചിട്ട് മഷി മായ്ക്കാൻ ശ്രമിച്ചു. ക്യൂട്ടെക്സ് റിമൂവർ പുരട്ടി ഫോട്ടോയ്ക്കു മീതെ പല തവണ ചുരണ്ടി നോക്കിയെങ്കിലും നിരാശയായിരുന്നു ഫലം. ഫോട്ടോയിലെ മുഖത്തിന്റെ മഷിപുരണ്ട ഭാഗങ്ങൾ പൂർണമായും ഇളകിപ്പോവുകയും പ്രതലത്തിന്റെ വെളുത്ത

നിറം തെളിയുകയും ചെയ്തു. തനൂജ നിരാശയോടെ ഇനിയെന്തു ചെയ്യുമെന്ന് ആലോചിച്ചിരുന്നു. രാത്രി അത്താഴമേശയിൽ തനൂജയും ലളിതശ്രീയും മാത്രമായിരുന്നു. പാഴ്സൽ വാങ്ങിക്കൊണ്ടുവന്ന വിഭവങ്ങൾ ജോലിക്കാരി ദേവയാനി പാത്രങ്ങളിൽ എടുത്തുവച്ചിരുന്നു.

"ഹരിയേട്ടനെ വിളിക്കണ്ടേ ലളിതാമ്മേ?" തനൂജ ചോദിച്ചു.

"മദ്യം മൂക്കറ്റമാ കഴിച്ചിരിക്കുന്നത്. ഉണരുമ്പോൾ വരട്ടെ. ഞാനോ ദേവയാനിയോ വിളമ്പിക്കൊടുത്തോളാം. മോളു കഴിക്ക്." ലളിതശ്രീ നിർദ്ദേശിച്ചു.

തനൂജ പ്ലെയ്റ്റിലേക്കു കട്‌ലെറ്റെടുത്തു വച്ചു. എവിടെയോ ഒരു മുറി വാതിൽ തുറക്കുന്നതിന്റെയും ആഞ്ഞടയുന്നതിന്റെയും ശബ്ദമുയർന്നു. തനൂജയുടെ ഹൃദയത്തിൽ ഒരപായഭീതി ഉണർന്നു. അവൾ എഴുന്നേൽക്കുമ്പോഴേക്ക് ഹരിശാന്ത് കലിപൂണ്ട മുഖത്തോടെ ഹാളിലേക്കു പ്രവേശിച്ചു. ചുവന്ന കണ്ണുകളോടെ അവൻ ലളിതശ്രീയെയും തനൂജയെയും നോക്കി.

"ആ ഫോട്ടോഗ്രാഫെവിടെ?"

അവന്റെ ശബ്ദം ഒരു കൊടുങ്കാറ്റിനെ അടുത്ത നിമിഷം തുറന്നുവിടാൻ ഒരുങ്ങിയതുപോലെ മുറുകിയതായിരുന്നു.

ലളിതശ്രീ കാര്യം മനസ്സിലാവാതെ ആശ്ചര്യപ്പെട്ടു.

"ഹരിക്കുട്ടാ, എന്തു പറ്റിയെടാ?"

ഹരിശാന്ത് ലളിതശ്രീയെ നോക്കി.

"ആരാ എന്റെ മുറിയിൽ കയറിയത്?"

തനൂജ പതർച്ചയോടെ മുഖം കുനിച്ചു.

ഹരിശാന്തിന്റെ മിഴികളിൽ തിരിച്ചറിവുണ്ടായി. അവൻ സഹോദരിക്കടുത്തേക്കു വന്നു.

"പറ മോളൂ. നീയാണോ എന്റെ മുറിയിൽ കയറിയത്?"

തനൂജയുടെ ഉള്ളു നീറി.

'മോളു' എന്ന സംബോധന എന്നത്തേയുംപോലെ തന്നെ. പക്ഷേ, അതിനുള്ളിൽ തുളുമ്പാറുള്ള വാത്സല്യത്തിന്റെ തേൻകണങ്ങൾ വറ്റിപ്പോയിരിക്കുന്നു.

"ചോദിച്ചതു കേട്ടില്ലേ നീ?" ഹരിശാന്ത് സ്തോഭമടക്കി ചോദിച്ചു.

തനൂജ ജ്യേഷ്ഠനെ നോക്കി.

"ഹരിയേട്ടൻ ഉറങ്ങിയ സമയത്തു ഞാനവിടെ വന്നിരുന്നു, അതിനെന്താ?"

"ആ ഫോട്ടോഗ്രാഫെന്തിയേ?"

തനൂജ ഒന്ന് ആലോചിച്ചു.

"ഞാനതു നശിപ്പിച്ചു."

ഹരിശാന്തിന്റെ മുഖത്തു ഞരമ്പുകൾ തെളിഞ്ഞു.

"എന്തിന്?

"അതിനി ഏട്ടന്റെ ജീവിതത്തിൽ വേണ്ട. ഏട്ടനെ സ്നേഹിക്കുന്നവരാ ഞാനും അമ്മേം അച്ഛനുമൊക്കെ. ഞങ്ങളുടെ എല്ലാവരുടെയും ഹൃദയത്തിൽ കത്തി കുത്തിയിറക്കിയിട്ട് സ്വന്തം ജീവിതം നശിപ്പിച്ചുകൊണ്ടിരിക്കുന്നത് എന്തിനാ? അതിനി ഞാൻ സമ്മതിക്കില്ല. എന്റെ വിവാഹം നടത്താൻ വേണ്ടി മാത്രമല്ല, എന്റേട്ടനെ തിരിച്ചെടുക്കാൻ കൂടിയാ ഞാനിവിടേക്കു വന്നത്. എന്റെ ജോലി പോലും ഉപേക്ഷിച്ചത്."

തനൂജയുടെ ശബ്ദമടഞ്ഞു. കണ്ണിൽ ഈറൻ പൊടിഞ്ഞു.

"അതിന്... ആ ഫോട്ടോ എന്തിനെടുത്തു?" ഹരിശാന്ത് മുറുകിയ സ്വരത്തിൽ തിരക്കി.

"അതൊരു നല്ല പെണ്ണിന്റെ ചിത്രമല്ലല്ലോ. മിനിമം ഏട്ടനെ വഞ്ചിക്കുകയെങ്കിലും ചെയ്ത ഒരാളല്ലേ. അല്ലെങ്കിൽ ആ ഫോട്ടോയിൽ മഷി പുരളില്ലല്ലോ. അവളെയിനി ഏട്ടനു വേണ്ട."

ഹരിശാന്ത് അടിക്കുമെന്നു തനൂജ സ്വപനത്തിൽപോലും വിചാരിച്ചിരുന്നില്ല. കവിളത്ത് അടി വീണതും അവൾ വേച്ചുപോയി.

"ഹരിക്കുട്ടാ..." ലളിതശ്രീ നിലവിളിപോലെ വിളിച്ചുകൊണ്ടു മക്കൾക്കിടയിലേക്കു കയറി.

ഹരിശാന്ത് ഒരുനിമിഷം വേദന കടിച്ചിറക്കുംപോലെ നിന്നു. പിന്നെ മുഖം വെട്ടിത്തിരിച്ച് തന്റെ മുറിയുടെ നേർക്കു നടന്നുപോയി. വാതിൽ തുറക്കുന്നതിന്റെയും അടയുന്നതിന്റെയും ശബ്ദം വീണ്ടും കേൾക്കായി. ലളിത്രശീ തനൂജയുടെ മുഖത്തു കരതലമമർത്തി.

"മോളേ..." വിങ്ങലോടെ അവർ വിളിച്ചു.

തനൂജയുടെ ചുവന്നുപോയ മുഖത്ത് അടക്കിപ്പിടിച്ച ഒരു വിങ്ങൽ ദൃശ്യമായി. ജീവിതത്തിൽ ആദ്യമായാണ് ഹരിയേട്ടൻ അടിക്കുന്നത്. അതും ഏതോ ഒരു പെണ്ണിന്റെ പേരിൽ. തനൂജയുടെ ഹൃദയത്തിൽ നിന്നൊരു വിതുമ്പലുയർന്നു. കൈത്തലംകൊണ്ടു വാ പൊത്തിയിട്ട്, ലളിതശ്രീയെ വകഞ്ഞുനീക്കി അവൾ മുകളിലേക്കുള്ള പടികൾക്കു നേരെ ഓടി. ലളിതശ്രീ വേവലാതിയോടെ നോക്കിനിന്നു.

* * *

രാത്രി.

മുറിയിൽ മങ്ങിയ വെളിച്ചം മാത്രമേയുള്ളൂ.

തനൂജ ചുമരിലേക്കു ശിരസ്സും ചാരിവച്ചിരിക്കുകയാണ്. അവളുടെ നോട്ടം ചുമരിൽ ഫ്രെയിം ചെയ്തുവച്ചിരുന്ന ഒരു ചിത്രത്തിലായിരുന്നു. ഗ്രാജുവേഷന്റെ കറുത്ത തൊപ്പിയും മേൽവസ്ത്രവും ധരിച്ച് തനൂജയെ എടുത്തുയർത്തി നിൽക്കുന്ന ഹരിശാന്ത്. ആനന്ദനിർഭരമായ ആ ഭൂതകാലസ്മരണകൾ ഇത്രവേഗം വിസ്മൃതമാകുമെന്ന് ആരു പ്രതീക്ഷിച്ചു.

വാതിലിൽ തട്ടുന്ന ശബ്ദം. തനൂജ നോക്കിയതുപോലുമില്ല. അവൾക്കിനി ആരെയും കാണേണ്ട. ഡോർ ഹാൻഡിൽ തിരിയുന്നതിന്റെയും ഒരു കാൽപെരുമാറ്റം അടുത്തുവരുന്നതിന്റെയും ശബ്ദങ്ങൾ. തനൂജ അറിയാതെ തല തിരിച്ചു നോക്കി. ഹരിശാന്തിന്റെ ടീഷർട്ടിന്റെ ചുവപ്പുനിറം മാത്രം കണ്ടു.

"മോളൂ..." അവൻ കാറ്റൂതുന്ന സ്വരത്തിൽ വിളിച്ചപ്പോൾ തനൂജയ്ക്ക് മിഴികൾ നിറഞ്ഞു തൂവി.

ഹരിശാന്ത് അവളുടെ തോളിൽ തൊട്ടു.

"ഹരിയേട്ടന് ഒരു തെറ്റു പറ്റിപ്പോയി. നീയല്ലേയുള്ളൂ ക്ഷമിക്കാൻ."

പൊട്ടിയടർന്ന തേങ്ങലോടെ തനൂജ ജ്യേഷ്ഠന്റെ വയറിനുമീതെ ശിരസ്സു ചായ്ച്ചു. ഹരിശാന്ത് അവളെ ചേർത്തുപിടിച്ചു. കരച്ചിൽ തെല്ലടങ്ങിയപ്പോൾ തനൂജ മുഖമുയർത്തി യാചനാഭാവത്തിൽ നോക്കി.

"എല്ലാമൊന്നു തുറന്നു പറ ഏട്ടാ. എന്താ സംഭവിച്ചത്? ആ പെൺകുട്ടിയാണ് പ്രശ്നമെങ്കിൽ എങ്ങനെയും ആ ഇഷ്ടം നമുക്കു നടത്താം. ഞാൻ നിൽക്കാം എട്ടന്റെ കൂടെ."

ഹരിശാന്ത് വിലങ്ങനെ തലയാട്ടി.

"വേണ്ട. അവളെന്നെ ചതിച്ചു. പക്ഷേ..."

തനൂജ ശ്വാസമടക്കി പിടിച്ചു കാതോർത്തു.

"എന്റെ കുഞ്ഞിനെ എനിക്കു വേണം." അവിവാഹിതനായ ജ്യേഷ്ഠന്റെ സ്വരമാണ്.

തനൂജ അനക്കമറ്റ് ഇരുന്നു.

രണ്ട്

തീവ്രമായ ഒരു അമ്പരപ്പിന്റെ പാരമ്യതയിലാണ് തനൂജയെന്നു ഹരിശാന്തിന് അറിയാമായിരുന്നു. ഇരുട്ടിൽ അവളുടെ മുഖം അവ്യക്തമായിരുന്നു.

"തനൂ... മോളെ..." ഹരിശാന്ത് തോളിൽ തട്ടി വിളിച്ചപ്പോൾ തനൂജ പകപ്പോടെ അയാളെ നോക്കി.

"ഞാൻ പറഞ്ഞതു സത്യമാ. നീയെങ്കിലും എന്നെ വിശ്വസിക്കണം. ഇതുവരെ ആരോടും ഒന്നും തുറന്നുപറയാൻ പറ്റാത്ത അവസ്ഥയിൽ ശ്വാസംമുട്ടുകയായിരുന്നു ഞാൻ. എനിക്കു സ്വസ്ഥതയില്ല. സമാധാനമില്ല. എന്തു ചെയ്യണമെന്ന് അറിയുകപോലുമില്ല." ഹരിശാന്തിന്റെ ശബ്ദം അടഞ്ഞുവന്നു.

"എന്താ ഏട്ടാ പ്രശ്നം?" തനൂജ തിരക്കി.

"പറയാം. നീ എന്റെ മുറിയിലേക്കുവാ."

ഹരിശാന്ത് അരണ്ട വെളിച്ചത്തിലൂടെ നിഴൽപോലെ നടന്നു പോയി.

തനൂജ എന്തു വേണമെന്നു ചിന്തിച്ച് കിടക്കയിൽ ഇരുന്നു. ഒരിരമ്പലും ബെൽ ശബ്ദവും തനൂജ നടുക്കത്തോടെ നോക്കിയപ്പോൾ കിടക്കയുടെ അരികിൽ മൊബൈലിന്റെ വെളിച്ചം കണ്ടു. സേവ് ചെയ്യാത്ത നമ്പരിൽനിന്നായിരുന്നു കോളെങ്കിലും ട്രൂകോളറിൽ സത്യജിത്ത് എന്നു പേരു കണ്ടു. തനൂജ കോൾ കട്ട് ചെയ്തു വിട്ടു. ഫോൺ ഓഫാക്കിയിട്ട് അവൾ കിടക്ക വിട്ടെഴുന്നേറ്റു.

ഹരിശാന്ത് തന്റെ റൂമിന്റെ ജനലരികിൽ പുറത്തെ രാത്രിയിലേക്ക് കണ്ണുംമയച്ചു നിൽക്കുകയായിരുന്നു. തനൂജ മുറിയിലേക്കു നടന്ന് അവന്റെ അരികിലെത്തി ഹരിശാന്ത് തിരിഞ്ഞു നോക്കി.

"നീ ഷോക്കിലാണോ?" അവൻ ചോദിച്ചു.

"അല്ലെന്നാണോ ഏട്ടന്റെ വിചാരം?" തനുജയുടെ മറുചോദ്യമെത്തിയപ്പോൾ ഹരിശാന്ത് തലകുനിച്ചു.

"ഏട്ടന് ഒരു പ്രേമബന്ധമെങ്കിലും ഉണ്ടെന്ന് ഇന്നാ എനിക്കു തോന്നിയത്. ആ ഫോട്ടോ കണ്ടപ്പോൾ. ഇതുവരെ നമ്മൾ തമ്മിൽ രഹസ്യങ്ങളൊന്നുമില്ല എന്നാ ഞാൻ കരുതിയിരുന്നത്. പക്ഷേ, എങ്ങനെ കണക്കുകൂട്ടിയാലും രണ്ടോ അതിലധികമോ വർഷമായി ഈ വീട്ടിലെല്ലാവരെയും ഏട്ടൻ കബളിപ്പിക്കുകയാണ്. പക്ഷേ, എന്തിനെന്നാ എനിക്കു മനസ്സിലാവാത്തത്?"

ഹരിശാന്ത് തലയുയർത്തി.

"ഏട്ടന്റെ എന്തിഷ്ടമാ അച്ഛനോ ലളിതാമ്മയോ സാധിച്ചുതരാത്തത്. ഒരു പെൺകുട്ടിയെ ഇഷ്ടമാണെങ്കിൽ പൊന്നുമനസ്സോടെ ഇവിടെല്ലാവരും ചേർന്നു നടത്തിത്തരില്ലായിരുന്നോ? ജാതിയോ മതമോ സാമ്പത്തികമോ എന്തെങ്കിലും പ്രശ്നമാകുമായിരുന്നോ. എന്നിട്ടും എന്തിനിതു മറച്ചുവച്ചു. ഇപ്പഴും വെയ്ക്കുന്നു."

തനൂജ രോഷാകുലയായിത്തീർന്നിരുന്നു.

"പറഞ്ഞല്ലോ. ഏട്ടൻ അങ്ങനൊരു അവസ്ഥയിലായിപ്പോയി. എന്നെ ചതിക്കയായിരുന്നു." ഹരിശാന്ത് തോറ്റുപോയവന്റെ സ്വരത്തിൽ പറഞ്ഞു.

തനൂജയുടെ മുഖം മുറുകി. "ആര്? അല്ലെങ്കിൽത്തന്നെ ഏട്ടനൊരു പുരുഷനല്ലേ?"

"ഒരു പുരുഷൻ ചതിക്കപ്പെടില്ലെന്ന് ആരാ നിന്നോടു പറഞ്ഞത്? കരയാനോ ആത്മഹത്യ ചെയ്യാനോ പറ്റില്ലായിരിക്കും. പക്ഷേ ഒരു കാര്യം സത്യമാ. നൂറുശതമാനം ഞാൻ ചതിക്കപ്പെട്ടിരിക്കുകയാ."

ഹരിശാന്ത് കള്ളം പറയുകയില്ലെന്ന് തനൂജയ്ക്ക് അറിയാം. അവളുടെ രക്തത്തിൽ സാഹോദര്യസ്നേഹത്തിന്റെ ഓളങ്ങൾ ഇളകി.

"ആരാ എന്റെ സഹോദരനെ ചതിച്ചത്. പറ. വെറുതെ വിടരുത് നമുക്കവരെ."

തനൂജയുടെ സ്വരം ദൃഢമായിരുന്നു. ഹരിശാന്ത് ജനലഴികൾക്കു നേരെ തിരിഞ്ഞു. എല്ലാത്തിന്റെയും ആരംഭം ഒരു പ്രണയബന്ധത്തിൽ മനസ്സു കുടുങ്ങിയതായിരുന്നു എന്ന് അവൻ ഓർത്തു.

"നിനക്കറിയില്ലേ വയനാട്ടിലുള്ള നമ്മുടെ എസ്റ്റേറ്റിന്റെ സൂപ്പർവൈസർ ശിവൻകുട്ടിയെ?" ഹരിശാന്ത് ചോദിച്ചു.

"ഉവ്വ്." തനൂജ തലയാട്ടി.

"ഒന്നര വർഷം മുൻപ് ഞാൻ ശിവൻകുട്ടിയുടെ ക്ഷണമനുസരിച്ച് എസ്റ്റേറ്റിൽ ഒരു വിസിറ്റിനു പോയി."

ഹരിശാന്ത് പറയുന്നതു കേട്ട് തനൂജ ആകാംക്ഷയോടെ നിന്നു. ക്രമേണ കാഴ്ചകൾ ഓരോന്നായി അവളുടെ മനോമുകുരത്തിൽ തെളിഞ്ഞു തുടങ്ങി.

* * *

ബൈക്ക് റൈഡിൽ ഹരിശാന്ത് ഹരം പിടിച്ചു നടക്കുന്ന നാളുകളായിരുന്നു അത്. വാഗമണ്ണിൽനിന്നു വയനാട്ടിലേക്ക് തന്റെ ലക്ഷ്വറി ബൈക്കിലായിരുന്നു അവന്റെ യാത്ര. കൂടെ സുഹൃത്ത് അഭിലാഷുമുണ്ടായിരുന്നു. അച്ഛൻ ചന്ദ്രകുമാറിനൊപ്പം മുൻപ് വയനാട്ടിൽ വന്നിട്ടുണ്ടെങ്കിലും അത്തവണത്തെ യാത്ര പുതുമയുള്ള ഒരനുഭവമായിരുന്നു. മാനന്തവാടിയിലായിരുന്നു എസ്റ്റേറ്റ്.

താമരശ്ശേരി എത്തിയപ്പോൾ മുതൽ മഴ ആരംഭിച്ചു. കാപ്പിപ്പൂവുകൾ പരവതാനി വിരിച്ചതുപോലെ മദഭരഗന്ധത്തോടെ റോഡുകളെ വെള്ള പുതപ്പിച്ചു കിടത്തിയിരുന്നു. കൽപ്പറ്റ എത്തിയപ്പോഴേക്കും സമയം സന്ധ്യ കഴിഞ്ഞിരുന്നു ഇടയ്ക്ക് ശിവൻകുട്ടി വിളിച്ചിരുന്നു. കാട്ടിറച്ചി വേവിച്ചതും ശർക്കരയും വിവിധ ഫലവർഗങ്ങളും സുഗന്ധദ്രവ്യങ്ങളുമിട്ടു വാറ്റിയ സോമരസവുമായിരുന്നു ലക്ഷ്യസ്ഥാനത്തേക്കുള്ള പ്രധാന ആകർഷണങ്ങൾ. മാനന്തവാടിയിലെ കാപ്പിത്തോട്ടത്തിന്റെ ഇരുളിമയിലേക്കു കടന്നപ്പോൾ വഴിത്താരകൾ കുറച്ചുകൂടി അവ്യക്തമായിത്തീർന്നു. മഴയ്ക്കൊപ്പം മഞ്ഞും കാപ്പിപ്പൂവുകളുടെ ധവളിമയും കാഴ്ചയെ ശല്യപ്പെടുത്തിക്കൊണ്ടിരുന്നു.

റോഡിനു കുറുകെ ഒരു സ്ത്രീരൂപം മാറിയത് അപ്രതീക്ഷിതമായിട്ടായിരുന്നു. ബൈക്കുകൾ അലറിയെങ്കിലും ഉദ്ദേശിച്ചതിനേക്കാൾ ഏതാനും വാര ദൂരം കൂടി നീങ്ങിയാണു ബൈക്ക് നിന്നത്. അപ്പോഴേക്കും പെൺകുട്ടിയെ ബൈക്കിന്റെ മുൻചക്രം സ്പർശിച്ചു കഴിഞ്ഞിരുന്നു. ഹരിശാന്തും അഭിലാഷും ബൈക്കിൽനിന്നിറങ്ങി പാഞ്ഞുചെന്നു. റോഡിൽ വീണുപോയ പെൺകുട്ടി പതിയെ എഴുന്നേൽക്കാൻ ശ്രമിക്കുന്നുണ്ടായിരുന്നു. ജീവാപായമുണ്ടായില്ല എന്ന ആശ്വാസം ലഭിച്ചതും മാലപ്പടക്കം പോലെ അഭിലാഷിന്റെ വായിൽനിന്നു തെറിപ്പദങ്ങൾ വീണു ചിതറി.

ഹരിശാന്ത് അവനെ തടഞ്ഞിട്ട് പെൺകുട്ടിയെ പിടിച്ച് എഴുന്നേൽപ്പിക്കാൻ ശ്രമിച്ചു. ഭയന്നുപോയിരുന്ന അവൾ അമർത്തിപ്പിടിച്ചു കരയുന്നുണ്ടായിരുന്നു. അവളുടെ കൈയിലിരുന്ന പ്ലാസ്റ്റിക് ബാഗിൽനിന്ന് ഉടഞ്ഞുപോയ മുട്ടകളുടെ വെള്ളയും മഞ്ഞയും കരുക്കൾ റോഡിലൂടെ ഒഴുകിക്കൊണ്ടിരുന്നു.

“എന്താ കുട്ടീടെ പേര്?” ഹരിശാന്ത് അവളുടെ കൈമുട്ടുകളിലെ മുറിവുകൾ പരിശോധിക്കുന്നതിനിടയിൽ ചോദിച്ചു.

“ഹരിത.” ഹരിശാന്ത് ഒന്നു പുഞ്ചിരിച്ചു.

“എന്റെ പേര് ഹരിശാന്ത്.”

അഭിലാഷ് ദേഷ്യത്തോടെ ബൈക്കിനരികിൽനിന്നു പരിഹസിച്ചു.

“പേരും നാളുമൊക്കെ പിന്നെ പറയാം. നീ വന്നു വണ്ടിയെടുക്കെടാ. പെരുമഴ വന്നാൽ പിന്നെ കാപ്പിച്ചോട്ടിൽ കിടന്നുറങ്ങേണ്ടി വരും.”

അതോടെ ഹരിശാന്തിനു പിൻവാങ്ങേണ്ടിവന്നു. എസ്റ്റേറ്റിലേക്കുള്ള തുടർയാത്രയിൽ ആ പെൺകുട്ടിയുടെ നനഞ്ഞ കണ്ണുകളെക്കുറിച്ചുള്ള ഓർമ്മ അവന്റെ മനസ്സിൽ തങ്ങിനിന്നു. അര കിലോമീറ്റർകൂടി സഞ്ചരിച്ചതോടെ അവർ എസ്റ്റേറ്റ് ബംഗ്ലാവിലെത്തി.

“നിന്റപ്പനെ ഞാൻ സമ്മതിച്ചിരിക്കുന്നു കേട്ടോടാ. ഏതു നാട്ടിൽ ചെന്നാലും സ്വന്തമായി ഒരു എസ്റ്റേറ്റ്.” അഭിലാഷ് അസൂയ കലർന്ന സ്വരത്തിൽ പറഞ്ഞു.

ശിവൻകുട്ടി ഇറങ്ങിവന്നു രണ്ടുപേരെയും സന്തോഷത്തോടെ സ്വീകരിച്ചു. അറുപതു കഴിഞ്ഞ മധ്യവയസ്കനാണ് അയാളെങ്കിലും ഉറച്ച ശരീരപേശികളും കരുത്തുറ്റ കൈകാലുകളും പ്രായം കുറച്ചു തോന്നിപ്പിച്ചു.

അന്നു രാത്രി മുഴുവൻ ആഘോഷമായിരുന്നു. വാറ്റുചാരായത്തിന്റെ ലഹരിയിൽ അഭിലാഷ് പാട്ടുകൾ പാടിക്കൊണ്ടിരുന്നു. കനലിൽ ചുട്ട കാട്ടിറച്ചിയിൽ ചീസും കുരുമുളകുപൊടിയും വിതറി ശിവൻകുട്ടി തയ്യാറാക്കിയ സ്പെഷൽ ഫ്രൈയായിരുന്നു ഹരിശാന്തിന്റെ ഫേവറൈറ്റ്.

“ഈ ഇറച്ചിപ്പീസു കടിച്ചുവലിക്കുന്ന കൂട്ടത്തിൽ ദേ ഇതീന്നു രണ്ടെണ്ണം കീറ്.”

അഭിലാഷ് മദ്യക്കുപ്പി നീക്കിവച്ചു നിർബന്ധിച്ചു. ഹരിശാന്ത് മദ്യം നിരസിച്ചു.

ശിവൻകുട്ടി അളവിൽ കൂടുതൽ മദ്യപിച്ചില്ല. അയാൾ എല്ലാത്തിലും ഒരു നിയന്ത്രണം പുലർത്തിയിരുന്നു. വെളുപ്പാൻകാലത്തെപ്പഴോ അഭിലാഷും ഹരിശാന്തും കിടക്കാനായി പോകുംവരെ ശിവൻകുട്ടി അവർക്കു കാവലിരുന്നു. പിന്നെ ഹരിശാന്തിന് ഉറക്കം തെളിയുന്നത് പത്തുമണി കഴിഞ്ഞപ്പോഴായിരുന്നു. ജനൽപ്പാളികളിലൂടെ സൂര്യവെളിച്ചം അയാളുടെ കൺപോളകളെ തഴുകിയുണർത്തി. ബ്രഷ് ചെയ്തുകൊണ്ടു മുറ്റത്തുകൂടി അയാൾ നടന്നു. കണ്ണെത്താദൂരത്തോളം കാപ്പിത്തോട്ടം പരന്നുകിടക്കുകയായിരുന്നു.

കാപ്പിപ്പൂവുകളിൽ സൂര്യരശ്മികൾ വീഴുമ്പോൾ അവ തിളങ്ങുന്നുണ്ടെന്നു തോന്നുമായിരുന്നു. തോട്ടത്തിൽനിന്നു തെളിച്ചുകയറിയ ചെറിയ ഇടവഴിയിലൂടെ ഒരു പെൺകുട്ടി കയറിവരുന്നതു ഹരിശാന്ത് കണ്ടു. അടുത്തു വന്നപ്പോഴാണ് അവന് ആളെ മനസ്സിലായത് - ഹരിത.

ദാവണിയായിരുന്നു വേഷം. അവളുടെ കൈമുട്ടിനു മീതെ തുണി ചുറ്റിയിരുന്നു.

"ഹേയ്... ഹരിത... വാട്ടെ സർപ്രൈസ്. താനെന്താ ഇവിടെ?"

ഹരിത പതർച്ചയോടെ നിന്നു.

"ഞങ്ങളെ അന്വേഷിച്ചു വന്നതാണോ? ഇന്നലത്തെ ആക്സിഡന്റിനു കോമ്പൻസേഷൻ ചോദിക്കാൻ."

ഹരിത തലയിളക്കി.

"അല്ല. അപ്പായെ കാണാൻ വന്നതാ."

ഹരിശാന്തിനു സംശയമായി. വലത്തെ കോണിൽനിന്നു ശിവൻകുട്ടിയുടെ വിളിയൊച്ച വന്നു.

"ഇങ്ങു കേറിപ്പോരെ മോളേ."

ഹരിത വേഗം പരിഭ്രമമൊളിപ്പിച്ച് മുഖം തിരിച്ച് വലത്തേക്കു നീങ്ങി.

ഹരിശാന്തിന് അവളുടെ സംസാരവും ചലനങ്ങളുമൊക്കെ ഇഷ്ടപ്പെട്ടിരുന്നു. ശിവൻകുട്ടി അങ്കിളിന്റെ മകളാണെന്നു കേട്ടപ്പോൾ അല്പംകൂടി അടുപ്പം തോന്നി.

ബ്രേക്ക്ഫാസ്റ്റിനു പുട്ടും തേങ്ങയരച്ച കോഴിക്കറിയും നിറയെ പാലൊഴിച്ച സ്പെഷൽ കാപ്പിയുമായിരുന്നു.

"ഫന്റാസ്റ്റിക് അങ്കിൾ. പുട്ടിനൊക്കെ ഇത്ര സോഫ്റ്റാകാമെന്ന് ഇപ്പഴാ മനസ്സിലായത്. കോഴിക്കറി ഒരു രക്ഷയുമില്ല." അഭിലാഷ് പ്രകീർത്തിച്ചുകൊണ്ടിരുന്നു.

"ഞാനല്ല. എന്റെ മോളാ ഇതൊക്കെ ഉണ്ടാക്കിയത്." ശിവൻകുട്ടി പറഞ്ഞു.

"എവിടെ ആ മിടുക്കി. ഒന്നു വിളിച്ചേ. ഞാനൊരു കൺഗ്രാറ്റ്സ് പറയട്ടെ." അഭിലാഷ് പറഞ്ഞു.

"മോളേ..."

ശിവൻകുട്ടി വിളിച്ചപ്പോൾ ഹരിത അവിടേക്ക് വന്നു. അഭിലാഷ് അമ്പരന്നു.

"ഈ കുട്ടി... അങ്കിളിന്റെ മോളാണോ?"

"ഉവ്വ്. ബൈക്ക് ആക്സിഡന്റിന്റെ കാര്യമൊക്കെ അവളു പറഞ്ഞാരുന്നു. മോനവളെ വല്ലാതെ ചീത്ത വിളിച്ചെന്നും."

അഭിലാഷിനു ജാള്യതയായി. അവൻ വേഗം എഴുന്നേറ്റു ചെന്ന് ഇടംകൈ നീട്ടി ഹരിതയ്ക്കു മുൻപിൽ നിന്നു.

"സോറി മോളെ. ഒന്നും വിചാരിക്കല്ലേ. ഇത്രേം കൈപ്പുണ്യം നിനക്കുണ്ടെന്നറിഞ്ഞിരുന്നേൽ ഞാൻ ഒന്നും പറയില്ലാരുന്നു. കൺഗ്രാറ്റ്സ്."

ഹരിത പക്ഷേ, കൈ നീട്ടിയില്ല. അഭിലാഷ് അവളുടെ കൈ ബലമായി പിടിച്ചു.

“വലംകൈയ്യിൽ എച്ചിലാ. ക്ഷമിക്ക്.”

അവൻ അവളുടെ കൈ പിടിച്ചു കുലുക്കി. ഹരിശാന്തിന് അതത്ര ഇഷ്ടമായില്ല. ഭക്ഷണശേഷം സൈറ്റ് സീയിങ്ങിനായി പോയപ്പോൾ അവനത് അഭിലാഷിനോടു സൂചിപ്പിച്ചു.

“അഭിനന്ദനം അറിയിക്കാൻ പെൺകുട്ടികളുടെ കൈ പിടിച്ചു കുലുക്കണമെന്നൊന്നുമില്ല. അതത്ര മര്യാദയല്ല കേട്ടോ.”

“അതിനിപ്പൊഴെന്താ. ആ പെൺകുട്ടി വിരോധമൊന്നും പറഞ്ഞില്ലല്ലോ.” അഭിലാഷ് നിസ്സാരമാക്കി.

“അവൾക്കത് ഇഷ്ടപ്പെട്ടൊന്നുമില്ല. എനിക്കും.”

ഹരിശാന്ത് പറഞ്ഞപ്പോൾ അഭിലാഷ് സൂക്ഷിച്ചു നോക്കി. ഹരിശാന്ത് മുഖം ബാണാസുരസാഗറിന്റെ കോൺക്രീറ്റ് ബീമുകളിലേക്കു തിരിച്ചു

“എന്താ മോനേ കാര്യം? മനസ്സില് പൂത്തിരി കത്തിത്തുടങ്ങിയോ?” അവൻ അർത്ഥഗർഭമായി ചോദിച്ചു.

ഹരിശാന്ത് ഗൗരവം വിട്ട് ഒന്നു മന്ദഹസിച്ചതല്ലാതെ മറുപടി ഒന്നും പറഞ്ഞില്ല.

രണ്ടു ദിവസമായിരുന്നു വയനാട് ട്രിപ്പ്. എല്ലാ ദിവസവും ഹരിത അവർക്കു ഭക്ഷണമുണ്ടാക്കിക്കൊടുത്തു, ശിവൻകുട്ടിക്ക് രണ്ടു മക്കളാണെന്നു ഹരിശാന്ത് മനസ്സിലാക്കി. ഹരിതയ്ക്ക് ഒരു ജ്യേഷ്ഠൻ കൂടിയുണ്ട് - ശ്രീജിത്ത്.

രണ്ടാമത്തെ ദിവസം ഹരിതയോടൊത്തു ശ്രീജിത്തും വന്നിരുന്നു. ഹരിതയ്ക്കു പത്തൊൻപതു വയസ്സാണു പ്രായമെന്നും ഡിഗ്രി പഠനം കഴിഞ്ഞു ഫൈനൽ എക്സാമിനായി കാത്തിരിക്കുകയാണെന്നും ശ്രീജിത്തിൽനിന്നു ഹരിശാന്ത് മനസ്സിലാക്കി. അവരുടെ അമ്മ മരിച്ചുപോയിരുന്നു.

രണ്ടാമത്തെ ദിവസം രാത്രി കിടക്കാനൊരുങ്ങിയപ്പോൾ ഹരിശാന്ത് അഭിലാഷിനോടു ചോദിച്ചു: “നാളെത്തന്നെ തിരിച്ചുപോണമെന്നു നിനക്കു നിർബന്ധമുണ്ടോ? രണ്ടു ദിവസത്തേക്കുകൂടി പ്രോഗ്രാം എക്സ്റ്റെൻഡ് ചെയ്താലോ?”

“അതു വേണോ? വാറ്റു കഴിച്ചു മടുത്തു. പിന്നെ ആകെയുള്ള അട്രാക്ഷൻ ആ പെങ്കൊച്ചുണ്ടാക്കുന്ന ഫുഡ്ഡാ.” അഭിലാഷ് പറഞ്ഞു.

“ഇനിയും പല സ്ഥലങ്ങളും കാണാനുണ്ട്.” ഹരിശാന്ത് സൂചിപ്പിച്ചു.

“കുറുവാ ദ്വീപിലേക്കു പോയാലോ?”

“നിനക്കു താൽപര്യമുണ്ടെങ്കിൽ പോകാം.” അഭിലാഷ് സമ്മതമറിയിച്ചു.

ഹരിശാന്തിനു സമാധാനമായി.

രാവിലെ അഭിലാഷ് വേഷം മാറി ഹെൽമറ്റുമായി വന്നപ്പോൾ ഹരിശാന്ത് പറഞ്ഞു. “ഹെൽമറ്റ് വേണ്ട. നമ്മൾ ജീപ്പിലാ പോകുന്നത്.”

എസ്റ്റേറ്റ് വക ജീപ്പുണ്ടായിരുന്നു. ഇറങ്ങിച്ചെല്ലുമ്പോൾ ശിവൻകുട്ടിയും ഹരിതയും തയ്യാറായി ജീപ്പിനരികിൽ നിൽപ്പുണ്ട്.

“ഇവരും വരുന്നുണ്ടോ?” അഭിലാഷ് ആശ്ചര്യപ്പെട്ടു.

“വരട്ടെ. ജീപ്പിൽ സ്ഥലമുണ്ടല്ലോ.” ഹരിശാന്ത് ഒഴുക്കൻ മട്ടിൽ പറഞ്ഞു.

അഭിലാഷ് അവന്റെ കൈയിൽ പിടിച്ചുനിർത്തി.

“സത്യം പറയെടാ. ഇതിലൊരു ഗൂഢാലോചനയില്ലേ?”

ഹരിശാന്ത് പതർച്ചയോടെ മുഖം തിരിച്ചു.

“എന്തു ഗൂഢാലോചന?”

“നീയവളെയുംകൊണ്ട് ഒരു ട്രിപ്പ് പോകണമെന്ന് ആഗ്രഹിച്ചു. മനഃപൂർവം എന്നേം ശിവൻകുട്ടി അങ്കിളിനെയും വിഡ്ഢിവേഷം കെട്ടിക്കുകയല്ലേ. കള്ള ബഡുവാ.”

“മിണ്ടാതിരിയെടാ. നിനക്കു നഷ്ടമൊന്നുമില്ലല്ലോ. കൂടെ നിന്നാൽ ട്രീറ്റ് തരാം.”

അഭിലാഷ് പുഞ്ചിരിയോടെ സമ്മതിച്ചു. കുറുവാ ദ്വീപിലേക്കുള്ള യാത്രയിൽ ഹരിശാന്താണ് ജീപ്പോടിച്ചത്. ഹരിതയും ശിവൻകുട്ടിയും ബാക്ക്സീറ്റുകളിലായിരുന്നു ഇരുന്നത്.

“മുതലാളി ഇന്നലെ വിളിച്ചിരുന്നു. മോൻ എന്നാ തിരിച്ചു ചെല്ലുന്നതെന്നു ചോദിച്ച്.”

ചന്ദ്രകുമാർ വിളിച്ചു ഹരിശാന്തിന്റെ വിവരമന്വേഷിച്ചതിനെക്കുറിച്ചു ശിവൻകുട്ടി സൂചിപ്പിച്ചു.

“ഇവനിനി തിരിച്ചു പോകുന്നില്ലെന്നാ അങ്കിളേ പറയുന്നത്. ഹരിതേടെ പാചകം ഇവനത്ര ഇഷ്ടപ്പെട്ടു.” അഭിലാഷ് തമാശമട്ടിൽ പറഞ്ഞു.

ഹരിശാന്ത് അവനെ ശാസനയോടെ നോക്കി.

റിവ്യൂ മിററിലൂടെ പിൻസീറ്റിലിരിക്കുന്ന ഹരിതയുടെ മുഖം അരുണാഭമാകുന്നതു ഹരിശാന്ത് കണ്ടു. അവന് ഒരു ഉൾക്കുളിർ അനുഭവപ്പെട്ടു.

വളവുകളും തിരിവുകളും നിറഞ്ഞ റോഡിലൂടെയുള്ള യാത്ര ദുർഘടമായിരുന്നു. എങ്കിലും ഹരിശാന്തിന് അതു ഹൃദ്യമായി അനുഭവപ്പെട്ടു. ഇടയ്ക്ക് പല വ്യൂ പോയിന്റുകളിലും ജീപ്പ് നിർത്തി അവർ കാഴ്ചകൾ കണ്ടു. ശിവൻകുട്ടി ഒരു മദ്യക്കുപ്പി കൊണ്ടുവന്നിരുന്നു. അഭിലാഷും ശിവൻകുട്ടിയും ഇടയ്ക്ക് ഓരോ ലാർജ് കഴിച്ചു.

യാത്ര തുടരാൻ ഒരുങ്ങിയപ്പോൾ അഭിലാഷ് ഹരിതയോടു പറഞ്ഞു: "കുട്ടിയിനി മുൻസീറ്റിൽ കയറിക്കോ. ഞാനും അങ്കിളും പുറകിലിരുന്നോളാം."

ഹരിത അച്ഛനെ നോക്കി. അയാൾക്കും സമ്മതമായിരുന്നു. അതോടെ ഹരിതയും ഹരിശാന്തിനൊപ്പം മുൻസീറ്റിലായി യാത്ര. ഹരിശാന്ത് ഇടയ്ക്കിടെ അവളോടു കുശലങ്ങൾ ചോദിച്ചു.

കുറുവാ ദ്വീപിന്റെ ഹരിതമനോജ്ഞതയിലുടെ നടന്നുതുടങ്ങിയപ്പോൾ അഭിലാഷും ശിവൻകുട്ടിയുമായിരുന്നു കമ്പനി. ഹരിതയെ ഹരിശാന്തിനു സ്വതന്ത്രമായി കിട്ടി. ആദ്യത്തെ അകൽച്ച ഇപ്പോൾ മാറിയിരുന്നു. മുളങ്കാടുകൾക്കിടയിലൂടെ നടക്കുമ്പോൾ അവളുടെ ദാവണി കമ്പുകൾക്കിടയിൽ കുടുങ്ങി. ഹരിശാന്ത് അതു വേർപ്പെടുത്തിക്കൊടുത്തു. അതിനിടയിൽ അവൻ ഹരിതയുടെ കൈമുട്ടുകൾ പരിശോധിച്ചു.

"മുറിവിൽ മരുന്നൊന്നും വെച്ചില്ലേ?"

"ആസിയുമ്മായുടെ അവിടുന്ന് തൈലം തേച്ചു തന്നിരുന്നു. കരിയാൻ ഇനീം സമയമെടുക്കും ന്നാ പറഞ്ഞത്."

"ആരായി ആസിയുമ്മാ?"

ഹരിശാന്ത്, അവൾ കൂടുതൽ സംസാരിക്കട്ടേന്നു കരുതി വെറുതെ ചോദിച്ചു.

"അയൽവക്കത്തുള്ളതാ. ഉമ്മാന്റെ മോൻ ഫിറോസും ഞാനും കളിക്കൂട്ടുകാരാ."

ഹരിശാന്തിന് ഒരു വേവലാതി അനുഭവപ്പെട്ടു.

"ഈ ഫിറോസ് എങ്ങനെ? കാണാനൊക്കെ സുന്ദരനാണോ?" അവൻ സ്വരത്തിൽ അസൂയ കലരാതിരിക്കാൻ പരിശ്രമിച്ചു ചോദിച്ചു.

"അങ്ങനെ ചോദിച്ചാൽ നിങ്ങളേക്കാൾ പൊക്കോം നെറോമൊക്കെയുണ്ട്."

ഹരിത പറഞ്ഞപ്പോൾ ഹരിശാന്തിന്റെ മുഖം മങ്ങി. അൽപദൂരം മൂകരായാണ് ഇരുവരും നടന്നുനീങ്ങിയത്.

ഹരിത ഇടംകണ്ണിട്ടു നോക്കുന്നതുകണ്ട് ഹരിശാന്ത് ചോദിച്ചു: "എന്താ ഒരു നോട്ടം?"

"ഒന്നുമില്ല." ഹരിത മുഖം തിരിച്ചു.

തിരികെ പോരുംവരെ അവർ തമ്മിൽ പിന്നീട് സംഭാഷണങ്ങളൊന്നും ഉണ്ടായില്ല.

പോകാൻനേരം ഹരിശാന്ത് അഭിലാഷിനോടു രഹസ്യമായി പറഞ്ഞു: "നീ മുൻസീറ്റിൽ കയറിയാൽ മതി."

"ഏയ്... അതു വേണ്ട. നിങ്ങളുടെ സ്വർഗത്തിൽ കട്ടുറുമ്പാകാനൊന്നും എനിക്കു വയ്യ."

മടക്കയാത്രയിലും ഹരിതതന്നെയായിരുന്നു ഹരിശാന്തിനൊപ്പം. മനഃപൂർവമായിത്തന്നെ അവൻ ഹരിതയെ ശ്രദ്ധിച്ചില്ല.

അവൾ ഇടയ്ക്കിടെ നോക്കിയെങ്കിലും ഹരിശാന്ത് ഡ്രൈവിങ്ങിൽ ശ്രദ്ധ കേന്ദ്രീകരിച്ചു. ഇടയ്ക്കു വണ്ടി നിർത്തി ശിവൻകുട്ടിയും അഭിലാഷും സിഗരറ്റ് വലിക്കാനായി ഇറങ്ങിപ്പോയി.

ഹരിത ഹരിശാന്തിനെ നോക്കി.

"ഏയ്... എന്തുപറ്റി?"

ഹരിശാന്ത് പെട്ടെന്നു പുറത്തേക്കിറങ്ങിപ്പോയി. അഭിലാഷും ശിവൻകുട്ടിയും തിരികെ വന്നപ്പോഴാണ് പിന്നീട് അവൻ ഡ്രൈവിങ് സീറ്റിൽ എത്തിയത്. യാത്ര തുടർന്നപ്പോൾ ഹരിതയുടെ മുഖത്ത് ഒരു നിശ്ചലത പടർന്നിരുന്നു. അവൾ ഒന്നുരണ്ടു തവണകൂടി ഹരിശാന്തിനെ നോക്കി. അവൻ ശ്രദ്ധിച്ചതേയില്ല. ഹരിത ദാവണിത്തുമ്പു വലിച്ചെടുത്തു കണ്ണുതുടച്ചുവെന്ന് ഹരിശാന്തിനു തോന്നി. അവൻ ഇടംകണ്ണിട്ടു നോക്കിയപ്പോൾ അതു സത്യമാണെന്നു മനസ്സിലായി.

ഹരിശാന്തിന് ഒരു വല്ലായ്മ അനുഭവപ്പെട്ടു. അൽപദൂരം കഴിഞ്ഞപ്പോൾ അവൻ ഹരിതയെ വിളിച്ചു: "ഏയ്..."

അവൾ നോക്കിയതേയില്ല. എസ്റ്റേറ്റ് ബംഗ്ലാവിൽ തിരിച്ചെത്തിയപ്പോൾ സമയം വൈകിയിരുന്നു. അഭിലാഷും ശിവൻകുട്ടിയും ഇറങ്ങിവന്നു. ഹരിതയും ഇറങ്ങി.

"ഞാനിവളെ വീടുവരെ കൊണ്ടുപോയി വിട്ടേച്ചു വരാം." ശിവൻകുട്ടി പറഞ്ഞു.

അഭിലാഷ് ഇടപെട്ടു: "ഇനിയിപ്പോ ശിവൻകുട്ടിയങ്കിളു പോകണ്ട. ഹരി കൊണ്ടുപോയി വിടും."

മദ്യലഹരിയിൽ കുഴഞ്ഞ കണ്ണുകളോടെ ശിവൻകുട്ടി ഹരിശാന്തിനെ നോക്കി.

"ആണോ മോനേ?"

"ഞാൻ പോകാം." ഹരിശാന്ത് സമ്മതിച്ചു.

“എങ്കിൽ ഞാൻ ടോർച്ചെടുത്തു തരാം.” ശിവൻകുട്ടി പറഞ്ഞു.

“അവന്റെ കൈയിൽ മൊബൈലില്ലേ. അതു മതി.” അഭിലാഷ് പറഞ്ഞു.

ഹരിതയും ഹരിശാന്തും ചെറിയ നടപ്പാതയിലൂടെ കാപ്പിത്തോട്ടത്തിലൂടെ നടന്നു.

“താനെന്താ മിണ്ടാത്തത്. എന്നോടു ദേഷ്യമാണോ?” ഹരിശാന്ത് ചോദിച്ചു.

ഹരിത മറുപടി പറഞ്ഞില്ല. ഹരിശാന്ത് കൈ നീട്ടി അവളുടെ കൈത്തണ്ടയിൽ പിടിച്ചു നിർത്തി. ഹരിത രൂക്ഷമായി ഒന്നു നോക്കി.

“മറുപടി പറ.”

“ഞാനാണോ, ഹരിയേട്ടനല്ലേ എന്നെ നോക്കുകപോലും ചെയ്യാഞ്ഞത്.”

ഹരിതയുടെ സ്വരത്തിൽ സങ്കടം കലർന്നിരുന്നു.

“സോറി.” ഹരിശാന്ത് പറഞ്ഞപ്പോൾ ഹരിത കണ്ണു തുടച്ചു.

“ഞാൻ വെറുതെ പറഞ്ഞതാ. ഫിറോസിക്കയ്ക്ക് ഹരിയേട്ടന്റെ ഭംഗി ഒന്നുമില്ല.”

ഹരിതയുടെ മുഖത്തു മന്ദഹാസം നിറഞ്ഞു. ഹരിശാന്ത് പൊടുന്നനെ അവളെ കെട്ടിപ്പിടിച്ചു. നെറ്റിയിൽ ദീർഘമായി ഒന്നുമ്മവച്ചു. നടുങ്ങിത്തരിച്ച് ഹരിത പിന്നോട്ടു മാറി.

“അങ്ങനെയായിരുന്നു തുടക്കം.” ഹരിശാന്ത് പറഞ്ഞപ്പോൾ തനൂജ ആകാംക്ഷയോടെ നോക്കി.

“ഇത്രയും പാവമൊരു പെൺകുട്ടിയാണോ ഏട്ടനെ ചതിച്ചത്? എനിക്കു വിശ്വസിക്കാൻ പറ്റുന്നില്ല. എന്താ ഹരിയേട്ടാ പിന്നീടുണ്ടായത്?”

ഹരിശാന്ത് ഒന്നു ശ്വാസമെടുത്തു.

മൂന്ന്

വാതിലിൽ തട്ടുന്ന ശബ്ദമുയർന്നു. അപ്രതീക്ഷിതമായിരുന്നതിനാൽ തനൂജയ്ക്കും ഹരിശാന്തിനും ഒരു ഞെട്ടലുണ്ടായി. തനുജയാണ് വാതിൽ തുറന്നത്. മുൻപിൽ ചന്ദ്രകുമാറും ലളിതശ്രീയുമായിരുന്നു.

"അച്ഛനിപ്പഴാണോ വന്നത്?" തനൂജ ചോദിച്ചു.

"ഉം... ഹരി വന്നൂന്നും നീയുമായി വഴക്കിട്ടൂന്നും കേട്ടല്ലോ. എന്താ കാര്യംന്ന് ചോദിക്കാന്നു കരുതി വന്നതാ."

"എല്ലാമൊന്നു കലങ്ങിത്തെളിയണമെങ്കിൽ ചില്ലറ പൊട്ടിത്തെറിയൊക്കെ വേണ്ടേ, സാരമാക്കണ്ടച്ഛാ. പോയി കിടന്നോ."

തനൂജ പറഞ്ഞപ്പോൾ ചന്ദ്രകുമാർ അകത്തേക്കു പാളിനോക്കി. ജനലഴികളിൽ പിടിച്ചു ഹരിശാന്ത് നിൽക്കുന്നതു കണ്ടു.

"അവൻ ദേഷ്യത്തിലാണോ?"

"ഇറ്റ്സ് ഓക്കെ അച്ഛാ. ഐ ക്യാൻ ഹാൻഡിൽ." തനൂജ ഉറപ്പോടെ പറഞ്ഞു.

"ഓകെ ദെൻ ഗുഡ്നൈറ്റ്." ചന്ദ്രകുമാർ പിന്മാറി.

ലളിതശ്രീയുടെ മിഴികളിൽ വേവലാതിയുണ്ടെന്നു തനൂജയ്ക്കു തോന്നി.

"പേടിക്കേണ്ടമ്മാ. പോയി നിമ്മദിയാ തൂങ്കിങ്കൾ." അവൾ തമാശമട്ടിൽ പറഞ്ഞു.

പുഞ്ചിരിച്ചിട്ടു ലളിതശ്രീയും കിടപ്പറയിലേക്കു പോയി. വാതിലടച്ചിട്ടു തനൂജ ഹരിശാന്തിനടുത്തേക്കു വന്നു.

"അവരു പോയി ഹരിയേട്ടൻ ബാക്കി പറ."

ഹരിശാന്ത് തനൂജയെ നോക്കി.

"ഇത്... പറഞ്ഞല്ലോ... ഇത്രയും നാൾ ആരോടും ഞാൻ തുറന്നു പറയാതിരുന്നതിനു കുറേ കാരണങ്ങളുണ്ട്. പ്രണയത്തിൽ ശരിയെന്നു

നമുക്കു തോന്നുന്ന പലതും മറ്റുള്ളവർക്കു തെറ്റായി തോന്നും. ഹരിയേട്ടനു നിന്നോടു പറയാവുന്ന കാര്യങ്ങൾക്ക് ഒരു പരിധിയുണ്ട്."

ഹരിശാന്ത് ഉദ്ദേശിച്ചത് എന്താണെന്നു തനൂജയ്ക്ക് മനസ്സിലായി.

"നമ്മൾ സഹോദരങ്ങൾ മാത്രമല്ലല്ലോ ഹരിയേട്ടാ. നല്ല സുഹൃത്തുക്കൾ കൂടിയല്ലേ. ഒന്നും മറച്ചുവയ്ക്കേണ്ട. ആ രാത്രി ഹരിയേട്ടൻ ആ പെൺകുട്ടിയെ കെട്ടിപ്പിടിച്ചതും ഉമ്മവച്ചതുമൊക്കെ എനിക്കു മനസ്സിലാക്കാനാവും. ഇപ്പോ അതിനുശേഷം എന്തുണ്ടായി എന്നറിയാനുള്ള ആകാംക്ഷ മാത്രമേ എനിക്കുള്ളൂ."

ഹരിശാന്തിന് ഒരു സമാധാനമനുഭവപ്പെട്ടു. എല്ലാം തുറന്നു പറഞ്ഞാൽ മാത്രമേ മനസ്സിന്റെ ഭാരമൊഴിയൂ.

ഹരി പറയാൻ തുടങ്ങി.

"ആദ്യമായി കെട്ടിപ്പിടിച്ചപ്പോഴും ദീർഘമായി ഉമ്മവച്ചപ്പോഴും ഹരിത പകച്ചുപോവുകയായിരുന്നു. അവൾ പെട്ടെന്ന് ഒഴിഞ്ഞുമാറി. ഹരിശാന്ത് അവളോടു സോറി പറഞ്ഞു. വീട്ടിലേക്കുള്ള ദൂരം നിശ്ശബ്ദരായാണ് ഇരുവരും നടന്നുതീർത്തത്. മുറ്റത്തേക്കു കയറുന്നതിനു മുൻപു ഹരിത ഒന്നു നിന്നു.

"ഇനി തിരിച്ചു പൊയ്ക്കോ. അച്ഛനല്ല കൂട്ടുവന്നത് എന്നറിഞ്ഞാൽ ശ്രീജിത്തേട്ടനു ദേഷ്യം വരും." ഹരിത പറഞ്ഞു.

"എന്തായാലും താൻ അകത്തു കയറ്. എന്നിട്ടേ ഞാൻ പോകൂ."

ഹരിത പോകാനായി തിരിഞ്ഞു.

"ഒരു മിനിറ്റ്. തന്റെ നമ്പറൊന്നു തന്നേക്ക്." ഹരിശാന്ത് ആവശ്യപ്പെട്ടു.

ഹരിത ഒന്ന് ആലോചിച്ചെങ്കിലും മടികൂടാതെ തന്റെ നമ്പർ പറഞ്ഞുകൊടുത്തു. സാമാന്യത്തിലധികം വലുപ്പമുള്ള ഒറ്റനില വീടായിരുന്നു അവരുടേത്. ഹരിത അകത്തു കയറിയതിനുശേഷമാണ് ഹരിശാന്ത് തിരിച്ചുപോന്നത്.

പിറ്റേന്നു രാവിലെ അൽപം നേരത്തേ അവന് ഉറക്കം തെളിഞ്ഞു. മുറ്റത്തിറങ്ങി നോക്കുമ്പോൾ സൂര്യോദയം കഴിഞ്ഞതേയുള്ളൂ. ഹരിത വരണമെങ്കിൽ എട്ടുമണിയെങ്കിലും കഴിയും.

"ഹരീ..." നിലവിളിപോലെ ഒരു വിളിയൊച്ച.

ഹരിശാന്ത് നടുങ്ങി നോക്കിയപ്പോൾ ബംഗ്ലാവിന്റെ വരാന്തയിലൂടെ മൊബൈലും കൈയിൽ പിടിച്ച് അഭിലാഷ് പാഞ്ഞു വരുന്നതു കണ്ടു. അവൻ മുറ്റത്തേക്കിറങ്ങി വന്നു.

"ഹരീ... എടാ നമുക്കു വേഗം തിരിച്ചു പോകാം."

ഹരിശാന്തിന് ഒരു വെപ്രാളമനുഭവപ്പെട്ടു.

"എന്താടാ കാര്യം പറ?"

"അച്ഛന് തലചുറ്റലുണ്ടായി. ഹോസ്പിറ്റലിൽ കൊണ്ടുചെന്നപ്പോ കാർഡിയാക് അറസ്റ്റ്. അമ്മ ഫോണിലൂടെ കരയുവാ. എന്തു ചെയ്യണമെന്ന് എനിക്കറിയില്ല. അവിടെത്തണമെങ്കിൽ മണിക്കൂർ എത്ര വേണം."

അഭിലാഷ് കരയുകയായിരുന്നു.

"പേടിക്കാതെ. ഒന്നും സംഭവിക്കില്ല. നമുക്കു പോകാം."

പിന്നീട് എല്ലാം വേഗത്തിലായിരുന്നു. ഹരിശാന്തും അഭിലാഷും തയ്യാറായി ഇറങ്ങി. ബൈക്കിൽ കയറി സ്റ്റാർട്ടാക്കി തിരിച്ചു റോഡിലേക്കിറങ്ങുമ്പോൾ ഹരിത വരുന്നതു ഹരിശാന്ത് കണ്ടു. ഒരു മിനിറ്റ് കാത്താൽ അവൾ വഴിയിലൂടെ കയറി വരും. പക്ഷേ, നിൽക്കാൻ പറ്റുന്ന സാഹചര്യമില്ലായിരുന്നു. ഹരിശാന്ത് ബൈക്കോടിച്ചു മുമ്പോട്ടു പോയി. പിന്നിലായി അവൾ നോക്കിനിൽപ്പുണ്ടാകുമെന്നു അവൻ ഊഹിച്ചു.

അന്നു മുഴുവൻ ഹരിശാന്ത് ബൈക്കോടിക്കുകയായിരുന്നു. അഭിലാഷ് ഇടയ്ക്കിടെ ഫോണിലൂടെ ആശുപത്രിയിലെ വിവരങ്ങൾ അന്വേഷിച്ചുകൊണ്ടിരുന്നു. അവർ കോട്ടയത്തെ മെഡിക്കൽ കോളജിൽ എത്തുമ്പോഴേക്ക് അഭിലാഷിന്റെ അച്ഛൻ മരിച്ചിരുന്നു. മരണാനന്തരചടങ്ങുകളുടെ തിരക്കുകളുമായി പിറ്റേദിവസം കടന്നുപോയി. അന്നു രാത്രിയിലാണ് ഹരിശാന്ത് തിരികെ വാഗമണ്ണിലെ തന്റെ മുറിയിലെത്തുന്നത്. ഭക്ഷണം കഴിഞ്ഞു ബാൽക്കണിയിൽ ഇറങ്ങി ഇരിക്കുമ്പോൾ അവനു ഹരിതയെ ഓർമ്മ വന്നു. അവളുടെ നമ്പർ തിരഞ്ഞെടുത്തു ഹരിശാന്ത് കോൾ വിട്ടു. മറുവശത്തുനിന്നു പ്രതികരണമൊന്നുമുണ്ടായില്ല. ഒരു മ്ലാനത ഹരിശാന്തിനെ പൊതിഞ്ഞു. രണ്ടോ മൂന്നോ ദിവസംകൊണ്ട് അവൾ തന്റെ ഹൃദയം പകുത്തെടുത്തിരിക്കുന്നു എന്ന തിരിച്ചറിവ് ഒരേസമയം ആനന്ദവും ആശ്ചര്യവും സമ്മാനിച്ചു. ഒരു യാത്രപോലും പറയാതെയുള്ള തന്റെ മടങ്ങിപ്പോക്ക് അവളെ വേദനിപ്പിച്ചിരിക്കുമെന്നും അവൻ ഊഹിച്ചു.

ഫോണിൽ, അവളുടെ നമ്പറിലേക്കു നഷ്ടബോധത്തോടെ ഹരിശാന്ത് നോക്കിയിരുന്നു. ഇനി എന്നാണ് കുട്ടീ നിന്നെയൊന്നു കാണാൻ കഴിയുക. അവൻ ഉള്ളിൽ വേവലാതി പൂണ്ടു.

പിറ്റേന്ന് ഉച്ചയ്ക്കു ഹരിശാന്തിനെ തേടി ഹരിതയുടെ കോൾ വന്നു. ഓഫീസിലെ തിരക്കുകൾക്കിടയിലും അവൻ ആകാംക്ഷയോടെ കോളെടുത്തു.

"ഹരിയേട്ടാ..." ഹരിതയുടെ വിറപൂണ്ട ശബ്ദം.

"എന്റെ നമ്പരാണെന്ന് എങ്ങനെ മനസ്സിലായി. ഞാൻ തന്നി ല്ലാരുന്നല്ലോ."

"എനിക്കറിയാരുന്നു. എന്നെ വിളിക്കുമെന്ന്. എന്താ ഒരു യാത്ര പോലും പറയാതെ പോയത്?" ഹരിത ചോദിച്ചു.

പെട്ടെന്നു തിരിച്ചുപോകാനുണ്ടായ സാഹചര്യം ഹരിശാന്ത് വിവരിച്ചു.

എല്ലാം കേട്ടുകഴിഞ്ഞപ്പോൾ ഹരിത പറഞ്ഞു: "സത്യത്തിൽ ഇപ്പഴാ എനിക്കു സമാധാനമായത്. ഇനി ഒരിക്കലും തമ്മിൽ കാണാനോ സംസാരിക്കാനോ പറ്റിയില്ലെങ്കിലെന്നു വിചാരിച്ചു ഞാൻ തീ തിന്നുപോയി രണ്ടു ദിവസം."

സംഭാഷണം നീണ്ടുപോയി. നുറുങ്ങുവർത്തമാനങ്ങൾക്കും കൊച്ചുവിശേഷങ്ങൾക്കും നടുവിലൂടെ ദിവസങ്ങൾ മാറിമറിഞ്ഞു പോകുന്നതു ഹരിശാന്ത് ആശ്ചര്യത്തോടെ നോക്കിക്കണ്ടു.

രണ്ടു ഹൃദയങ്ങളെ അടുപ്പിക്കാൻ, ഒരിക്കലും വേർപ്പെടാനാവാ ത്തവിധം ഘർഷണശേഷിയോടെ പിടിച്ചുനിർത്താൻ മൊബൈൽ എന്ന കൊച്ചുയന്ത്രം എന്തുമാത്രം വലിയ സംഭാവനകളാണു നൽ കുന്നത്.

ഇടയ്ക്കിടെ ഹരിശാന്തിന് വീണ്ടും ഹരിതയെ കാണണമെന്ന ആവേശം ജനിക്കും. അവൾ വച്ചുണ്ടാക്കുന്ന സ്വാദേറിയ ഭക്ഷണം കഴിക്കണം, അവളോടൊത്തു വയനാടിന്റെ കയറ്റിറക്കങ്ങളിലൂടെ ആടിക്കുലുങ്ങി ജീപ്പുയാത്ര നടത്തണം. കുറുവാ ദ്വീപിന്റെ വന ഭൂമികയിലൂടെ അവളുടെ കൈയും പിടിച്ചു പ്രണയാതുരനായി നട ക്കണം. ഒടുവിൽ രാത്രിയുടെ ഇരുട്ടിലും തണുപ്പിലും കാപ്പിപ്പൂക്ക ളുടെ തീക്ഷ്ണസൗരഭ്യം തുളുമ്പുന്ന പതാലിൽ അവളെ കെട്ടി പ്പിടിച്ചു പുലരുവോളം നിൽക്കണം.

അവന്റെ ആഗ്രഹങ്ങൾ കടൽപോലെയായിരുന്നു. ഹരിത അതെല്ലാം ഫോണിലൂടെ കേൾക്കും. ഹരിശാന്ത് വയനാട്ടിലേക്ക് ചെല്ലട്ടെ എന്നു ചോദിച്ചാൽ വിലക്കും.

"വേണ്ട. ഇനി വരല്ലേ. അന്നത്തെ സന്തോഷങ്ങൾ ഇനി ഒരി ക്കലും പഴയതുപോലെ തീവ്രമായി നമുക്കു കിട്ടില്ല."

ഹരിതയുടെ ചില നിബന്ധനകൾ വളരെ വിചിത്രമായിരുന്നു എന്ന് അന്നും പിന്നീടും ഹരിശാന്തിനു തോന്നിയിട്ടുണ്ട്.

അതിൽ ഒന്നാമത്തേത് തമ്മിലുള്ള അടുപ്പം ഒരിക്കലും അച്ഛനെ അറിയിക്കരുത് എന്നുള്ളതായിരുന്നു

ശിവൻകുട്ടിയെപ്പോലെ തന്റെ അച്ഛന്റെ ശമ്പളം പറ്റുന്ന ഒരാൾ ഈ വിവാഹാലോചനയെ സർവാത്മനാ സ്വാഗതം ചെയ്യും എന്ന് ഉറപ്പായിട്ടും അക്കാര്യത്തിൽ ഹരിത വാശിപിടിക്കുന്നത് എന്തിനാ ണെന്നത് അജ്ഞാതമായിരുന്നു. രണ്ടാമത്തെ നിബന്ധന തന്റെ വീട്ടിൽ ആരെയും ഇക്കാര്യം അറിയിക്കരുത് എന്നുള്ളതാണ്.

തന്റെ ആഗ്രഹത്തിന് എതിരു നിൽക്കുന്നവരല്ല അച്ഛനോ ലളി താമ്മയോ തനൂജയോ എന്നും ഹരിശാന്ത് പറഞ്ഞുനോക്കി.

"വേണ്ട ഹരിയേട്ടാ. ഈ രണ്ടു കാര്യത്തിലും യാതൊരു വിട്ടു വീഴ്ചയും ഞാൻ ചെയ്യില്ല." ഹരിത തീർത്തുപറഞ്ഞു.

അത്രനേരം കഥ കേട്ടുകൊണ്ടിരുന്ന തനൂജ ഹരിശാന്തിനോടു ചോദിച്ചു: "അങ്ങനെയൊരു മറച്ചുവയ്ക്കലിന് അവൾ വാശിപിടി ക്കുന്നത് എന്തിനാണെന്നു ഹരിയേട്ടൻ ചിന്തിച്ചില്ലേ. എന്തൊക്കെ യായാലും എന്നോടെങ്കിലും ഒന്നു പറയാരുന്നല്ലോ."

ഹരിശാന്ത് നിഷേധാർഥത്തിൽ തലയിളക്കി.

"അപ്പോഴത്തെ മാനസികാവസ്ഥയിൽ ഞാനതിന്റെ തലനാരിഴ കീറാനും പരിശോധിക്കാനുമൊന്നും നിന്നില്ല. എങ്ങനെയും അവ ളുടെ സ്നേഹം എന്റെ മാത്രമായി കിട്ടണം. അതിനുവേണ്ടി എന്തും ചെയ്യാം. ആരെയും മറച്ചുപിടിക്കാം. പിന്നെ സമയമാകുമ്പോൾ എല്ലാവരെയും അറിയിച്ചാൽ മതിയല്ലോ."

അവൻ പറയുന്നതു കേട്ടപ്പോൾ തെറ്റു പറയാൻ പറ്റില്ലെന്നു തനുജ ചിന്തിച്ചു. സ്നേഹത്തിന്റെ ന്യായവും നീതിയും കാഴ്ചാ പഥങ്ങളും ചിലപ്പോഴൊക്കെ വിചിത്രമാണല്ലോ.

"പിന്നീട് നിങ്ങൾ കണ്ടു എന്ന് എനിക്കറിയാം. എങ്ങനെ? എവിടെ വച്ച് എന്നു പറ." തനൂജ ആവശ്യപ്പെട്ടു.

ഹരിശാന്ത് ആ സംഭവം ഓർത്തെടുത്തു.

വയനാട്ടിലേക്കു ചെല്ലണ്ട എന്നു പറഞ്ഞിരുന്നുവെങ്കിലും ഒന്നര മാസത്തിനുശേഷം മംഗലാപുരത്തെ കോളജിൽ എക്സാമിനായി തനിക്കു പോകേണ്ടി വരുമെന്നു ഹരിത സൂചിപ്പിച്ചു. പരീക്ഷ ഒരാഴ്ച യോളം നീണ്ടുനിൽക്കും. അതിനുശേഷം ഒരാഴ്ചത്തെ ബ്രെയ്ക്കിൽ അടുത്ത ഘട്ടം. ഹരിശാന്ത് പരീക്ഷ നടക്കുന്ന തീയതികളും സമയ വുമൊക്കെ ഹൃദിസ്ഥമാക്കി. പരീക്ഷാ കാലയളവിൽ ഹോസ്റ്റലി ലായിരുന്നു ഹരിതയുടെ താമസം.

ആദ്യത്തെ ആഴ്ച എക്സാം തീരുന്നതിന്റെ തലേദിവസം ഹരി ശാന്ത് കൂർഗിലെത്തി. മടിക്കേരി എന്ന സ്ഥലത്ത് ഒരു ഹോട്ടലിൽ റൂമെടുത്തു താമസിച്ചു. പിറ്റേന്നു രാവിലെ അവൻ മംഗലാപുരത്തേക്കു

പുറപ്പെട്ടു. രാവിലത്തെ എക്സാമിനുശേഷം പുറത്തിറങ്ങിയ ഹരിതയെ ഫോണിൽ വിളിച്ച് എവിടെയാണെന്നു തിരക്കി. ഹരിത അവൾ നടക്കുന്ന പാതയുടെ ഡിറ്റെയിൽസ് ഫോണിലൂടെ പറഞ്ഞു കൊടുത്തു. ഹരിശാന്ത് കാറോടിച്ച് അവൾക്കരികിലെത്തി. ഹരിതയ്ക്കു വലിയ അതിശയമായിരുന്നു.

"ഹരിയേട്ടാ, എനിക്കു വിശ്വസിക്കാൻ വയ്യല്ലോ ഈശ്വരാ." അവൾ കണ്ണു നിറഞ്ഞു, വാപൊത്തി നിന്നു.

ഹരിശാന്ത് അവളെയും കയറ്റി നഗരത്തിലൂടെ ഒരു ഓട്ടപ്രദക്ഷിണം വച്ചു.

"എന്താ ഇനി പ്രോഗാം?" ഹരിശാന്ത് തിരക്കി.

"നേരെ ഹോസ്റ്റലിൽ ചെല്ലണം. കിടന്നുറങ്ങണം, നാളെ രാവിലത്തെ ട്രെയിനിൽ കാസർകോട്. പിന്നെ ബസ്സിന് നമ്മുടെ നാടു പറ്റണം." ഹരിത പറഞ്ഞു.

വയനാട്ടിൽ വച്ചു കണ്ടതിനേക്കാൾ അവൾ കുറച്ചുകൂടി റിലാക്സ്ഡായി എന്നു ഹരിശാന്തിനു തോന്നി.

"പ്രോഗ്രാമിൽ ചെറിയൊരു മാറ്റം വരുത്താം. ഇപ്പോൾ നമ്മൾ നേരെ മടിക്കേരിയിലേക്ക് പോകുന്നു. അവിടെ ഒന്നു ചുറ്റിക്കറങ്ങാം. പിന്നെ സൗകര്യംപോലെ വയനാട് പോകാം." ഹരിശാന്ത് പറഞ്ഞു.

"അയ്യോ... അതു പറ്റില്ല. നാളെ എന്റെ ഫ്രണ്ട്സൊക്കെ വെയ്റ്റ് ചെയ്യും. എന്നെ കണ്ടില്ലെങ്കിൽ ആകെ പ്രശ്നമാകും."

ഹരിത എതിർപ്പു പ്രകടിപ്പിച്ചു.

"കുറച്ചു പ്രശ്നമൊക്കെയാവട്ടെ. നമ്മുടെ രണ്ടുപേരുടെയും വീട്ടിലും വിവരങ്ങളൊക്കെ അറിയട്ടെ. ഒരു തീരുമാനമാകുമല്ലോ."

"അപ്പോ എനിക്കു തന്ന വാക്ക് മറന്നോ?"

"ഞാനായിട്ട് ഒന്നും ആരോടും പറയില്ല എന്നല്ലേ വാക്കു തന്നൊള്ളൂ. രഹസ്യം തനിയെ റിവീലാകുന്നതിൽ വാക്കുവ്യത്യാസത്തിന്റെ പ്രശ്നമുദിക്കുന്നില്ലല്ലോ."

ഹരിശാന്ത് ചിരിച്ചുവെങ്കിലും ഹരിതയുടെ മുഖം മങ്ങി.

"ഹരിയേട്ടന് അറിയില്ല ഞാൻ പറയുന്നതിന്റെ സീരിയസ്നെസ്. നമുക്ക് അത്രയെളുപ്പം അങ്ങനെ ഒരുമിക്കാൻ പറ്റില്ല." ഹരിത പറഞ്ഞു.

"അതെന്താ അങ്ങനെപറഞ്ഞത്? നാളെ നാളെ വേണമെങ്കിൽ ഞാനീ വിവാഹം നടത്തും. അതിനു വേണ്ട എല്ലാ പവറും എനിക്കുണ്ട്."

“മറ്റാരേക്കാളും നന്നായി അതെനിക്കറിയാം. കോടീശ്വരന്മാരാണു ഹരിയേട്ടന്റെ അച്ഛനും അമ്മയും സഹോദരിയുമൊക്കെ. അവർ എല്ലാ കാര്യത്തിനും ഹരിയേട്ടന്റെ ഒപ്പം നിൽക്കും. പണവും ബന്ധുബലവും കൊണ്ടു മാത്രം എല്ലാ കാര്യങ്ങളും നടക്കില്ല ഹരിയേട്ടാ. പ്രതീക്ഷിക്കാത്ത ചിലയിടത്തു നിന്നാവും എതിർപ്പുകൾ പൊട്ടിപ്പുറപ്പെടുക. അതിനെ തരണം ചെയ്യാൻ നമുക്കു കഴിയാതെ വരും.” ഹരിത പറഞ്ഞു നിർത്തി.

ഹരിശാന്ത് അവളെ സൂക്ഷിച്ചു നോക്കി.

“നീയാരെയാ ഭയപ്പെടുന്നത്?”

ഹരിത പതർച്ചയോടെ മുഖം മാറ്റി.

“അങ്ങനെയൊന്നുമില്ല.”

ഹരിശാന്ത് നിർബന്ധിച്ചുവെങ്കിലും ഹരിത കൂടുതലൊന്നും പറഞ്ഞില്ല.

“ശരി. തന്റെ ഹോസ്റ്റൽ എവിടാണെന്നു പറ. അവിടെ കൊണ്ടുപോയി വിട്ടേക്കാം.”

ഹരിശാന്ത് പറഞ്ഞപ്പോൾ ഹരിത സൂക്ഷിച്ചു നോക്കി.

“ഇടയ്ക്കിടെ ഇങ്ങനെ പിണങ്ങുന്നതു ശരിയല്ല കേട്ടോ. എന്നെയത് ഒരുപാടു സങ്കടപ്പെടുത്തുന്നുണ്ട്.”

അവളുടെ ശബ്ദം ഇടറിയിരുന്നു. “തന്റെ സങ്കടം, വാശികൾ, നിർബന്ധബുദ്ധികൾ. ഇവയൊക്കെയാണല്ലോ തനിക്കു വലുത്. ഞാൻ എടുക്കുന്ന എഫോർട്സിനോ എന്റെ സ്നേഹത്തിനോ യാതൊരു വിലയുമില്ല.”

“അങ്ങനെയാണോ ഹരിയേട്ടൻ കരുതിയിരിക്കുന്നത്. എന്നെക്കുറിച്ച്?”

“മറിച്ചു ചിന്തിക്കാൻ കാരണമെന്തെങ്കിലും വേണ്ടെ തന്നെ ഒന്നു കാണാൻ സമ്മതിക്കുമോ. നൂറുനൂറു തടസ്സങ്ങൾ. ഒടുവിൽ ആശിച്ചു മോഹിച്ച് ഇവിടെ വരെ ഓടി വന്നപ്പോൾ... കിലോമീറ്റർ എത്ര ഞാൻ ഡ്രൈവ് ചെയ്തു അറിയാമോ. നൂറോ, ഇരുനൂറോ ഒന്നുമല്ല.” ഹരിശാന്തിന്റെ സ്വരത്തിൽ സ്തോഭം ചിതറി.

ഹരിതയുടെ മിഴികൾ നിറഞ്ഞു. നീർമണികൾ കവിളിലേക്ക് അടർന്നു വീണു.

“വേണ്ട ഇനിയീ കണ്ണീരുകൂടി കാണാൻ വയ്യ. തനിക്കു താൽപര്യമില്ലെങ്കിൽ ഞാനായിട്ട് ഒന്നിനും നിർബന്ധിക്കില്ല. വിട്ടേക്ക്.”

ഹരിശാന്ത് കാർ മുന്നോട്ട് എടുത്തു. ഹോസ്റ്റലിനു മുമ്പിലെത്തും

വരെ ഹരിത ദീർഘമായ ആലോചനകളിലായിരുന്നു. കാർ നിർത്തിയിട്ട് ഹരിശാന്ത് അവളെ നോക്കി.

"ഇറങ്ങിക്കോ. വന്നതിനും കണ്ടു ബുദ്ധിമുട്ടിച്ചതിനും മാപ്പ്."

ഹരിശാന്തിന്റെ മുഖത്തേക്ക് അവൾ ഒരു നിമിഷം നോക്കിയിരുന്നു. പിന്നെ ചോദിച്ചു.

"ഒരഞ്ചു മിനിറ്റ് ഹരിയേട്ടന് ഇവിടെ വെയ്റ്റ് ചെയ്യാമോ?"

"എന്തിന്?"

'പറ്റുമോ ഇല്ലയോ?"

ഹരിശാന്ത് മറുപടി പറഞ്ഞില്ല.

ഹരിത ഡോർ തുറന്നിറങ്ങി ഹോസ്റ്റൽ ഗേറ്റ് കടന്ന് നടന്നുപോയി. പത്തു മിനിറ്റോളം ഹരിശാന്ത് കാത്തുനിന്നു കഴിഞ്ഞപ്പോഴാണു ബാഗുമായി ഹരിത തിരിച്ചുവന്നത്. അവൾ കാറിലേക്കു കയറി.

"പോകാം."

ഹരിശാന്തിനു വിശ്വസിക്കാൻ കഴിഞ്ഞില്ല.

"വെറുതെ... ഞാൻ പിണങ്ങിയെന്നു കരുതി. തനിക്കു ബുദ്ധിമുട്ടാണെങ്കിൽ വരണമെന്നില്ല."

ഹരിശാന്ത് ഹരിതയെ പിന്തിരിപ്പിക്കാൻ ശ്രമിച്ചു.

"ബുദ്ധിമുട്ടുകൾ ഉണ്ടാവും. സാരമില്ല. എന്റെ സ്നേഹത്തെ ഇനി ഒരിക്കലും ഹരിയേട്ടൻ വിലകുറച്ചു കാണാതിരുന്നാൽ മതി." ഹരിത ഉറച്ച സ്വരത്തിൽ പറഞ്ഞു.

"അങ്ങനെയല്ല മോളെ. നിന്നെ ഞാൻ ഒരു ഹോട്ടൽ മുറിയിലേക്കു ക്ഷണിച്ചതൊന്നുമല്ല. നമുക്കു സ്വൈര്യമായി കാണാനും സംസാരിക്കാനും ഒരിടം വേണ്ടേ? അതിനു മറ്റൊരർത്ഥവുമില്ല." ഹരിശാന്തിന്റെ സ്വരം ദുർബലമായിരുന്നു.

"പ്ലീസ് ഹരിയേട്ടാ, ഹരിയേട്ടനെക്കുറിച്ച് എനിക്ക് യാതൊരു എക്സ്പ്ലനേഷൻസും വേണ്ട. എല്ലാം എനിക്കറിയാം."

ഹരിശാന്തിനു പിന്നീട് ഒന്നും സംസാരിക്കുവാൻ തോന്നിയില്ല. അയാൾ കാർ മുന്നോട്ടെടുത്തു. ആദ്യത്തെ ഏതാനും മിനിറ്റുകളേ തപ്തമായ ഒരു മൗനം അവ അകറ്റിനിർത്തിയൊള്ളൂ. പിന്നീടു സ്നേഹം അതിന്റെ താളലയങ്ങൾ വീണ്ടെടുത്തു. ജീവിതത്തിൽ അത്രത്തോളം ആനന്ദഭരിതമായ ഒരു യാത്ര ഹരിശാന്ത് അതുവരെ നടത്തിയിട്ടുണ്ടായിരുന്നില്ല.

ഭൂപ്രകൃതിയുടെ സൗന്ദര്യവും സ്നേഹിക്കുന്ന പെണ്ണിനോടൊത്തുള്ള യാത്രയുടെ ഉൾപ്പുളകങ്ങളും ഒത്തുചേർന്നു മംഗലാപുരത്തുനിന്നു മടിക്കേരിവരെയുള്ള ദൂരത്തെ അതീവഹ്രസ്വമാക്കിത്തീർത്തു. ഇനിയും ദൂരങ്ങൾ ബാക്കി വേണമെന്ന് ഹരിശാന്ത് ആശിച്ചു. ലോകത്തിന്റെ അറ്റംവരെ സഞ്ചരിക്കാൻ അവൻ തയ്യാറായിരുന്നു.

മടിക്കേരിയിലെ ഹോട്ടൽ റൂമിലേക്കു കയറുമ്പോൾ ഹരിശാന്ത് ഹരിതയെ ശ്രദ്ധിച്ചു. പതർച്ചയോ ഭയമോ അവളിൽ കാണാനില്ല. അതു തന്നോടുള്ള വിശ്വാസംകൊണ്ടാണെന്നു ഹരിശാന്ത് കരുതി. മുറിയിൽ ബാഗ് താഴ്ത്തിവച്ചിട്ട് ഹരിത ഹരിശാന്തിനെ നോക്കി.

"ഇപ്പോ സമാധാനമായോ?" ഹരിശാന്ത് പുഞ്ചിരിച്ചു.

"ഉം... കുറച്ച്."

"എങ്കിൽ ഞാൻ കുറച്ചുനേരം കിടന്ന് ഉറങ്ങിക്കോട്ടെ. എക്സാമായതുകൊണ്ടു രാത്രി വൈകിയാ ഇന്നലെ കിടന്നത്. രാവിലെ നേരത്തേ എഴുന്നേൽക്കുകയും ചെയ്തു."

"ആയിക്കോട്ടെ."

ഹരിശാന്ത് സമ്മതിച്ചതും ഹരിത കട്ടിലിന്റെ ഒരു അരികിലായി കിടന്നു. ഹരിശാന്ത് ചെന്നു സോഫയിലേക്കിരുന്നു. അവൾ അവനെ നോക്കി പുഞ്ചിരിച്ചു.

"തനിക്കു പേടിയില്ലേ ഒരു അന്യപുരുഷനോടൊത്തു ഹോട്ടൽ മുറിയിൽ താമസിക്കാൻ?" ഹരിശാന്ത് ചോദിച്ചു.

"പേടിയേക്കാൾ എനിക്കു താങ്ങാൻ പറ്റാത്തത് ഹരിയേട്ടൻ എന്നോടു പിണങ്ങിയാലുണ്ടാകുന്ന സങ്കടമാ. അതാ രണ്ടും കൽപിച്ചു ഞാൻ വന്നത്."

"അപ്പോ പേടിയുണ്ട്. അല്ലേ?"

"തനിച്ചായിരുന്നെങ്കിൽ പേടിച്ചേനേ. ഇതിപ്പോ ഹരിയേട്ടൻ ഉണ്ടല്ലോ എന്റെ കൂടെ."

"മറ്റുള്ളവർ അറിഞ്ഞാൽ ചീത്തപ്പേരു നിനക്കാ."

"പ്രണയത്തിന്റെ ശരിതെറ്റുമൊക്കെ വിധിക്കാൻ മറ്റുള്ളവർക്കെന്താ കാര്യം?" ഹരിത സംശയമില്ലാത്ത സ്വരത്തിൽ പറഞ്ഞു.

ഹരിശാന്ത് ആലോചനയോടെ നോക്കിയിരുന്നു. പെട്ടെന്നുതന്നെ ഹരിത ഉറക്കമായി. അവൾ ഉണർന്നപ്പോൾ സമയം ഒൻപതുമണി കഴിഞ്ഞിരുന്നു. ഹരിശാന്ത് കുളി കഴിഞ്ഞു സോഫയിൽ ഇരിപ്പുണ്ട്.

"ഇന്നിനിയിപ്പോൾ ഔട്ടിങ്ങൊന്നും നടക്കില്ല. താൻ പോയി കുളിച്ചു വാ. ഭക്ഷണം കഴിക്കാം." ഹരിശാന്ത് പറഞ്ഞു.

ഹരിത ടവ്വലും മാറാനുള്ള വസ്ത്രങ്ങളുമെടുത്തു കുളിമുറിയിലേക്കു പോയി.

പാളങ്ങൾക്കു മീതെ കൂടി ഒരു ട്രെയിൻ പാഞ്ഞുപോകുന്ന ശബ്ദം. ജനൽ ചില്ലുകൾ വിറകൊണ്ടു. ട്രെയിനിന്റെ അലപ്പ് ചക്രവാളങ്ങളിൽ ചെന്നു മുഴങ്ങിത്തീർന്നതും തനൂജ കട്ടിലിൽനിന്ന് എഴുന്നേറ്റു.

"അന്നു രാത്രി എന്തൊക്കെ സംഭവിച്ചിരിക്കാം എന്നു ഞാനൂഹിച്ചു ഹരിയേട്ടാ. പിന്നെ എന്താണ് നടന്നതെന്നു മാത്രം പറഞ്ഞാൽ മതി."

തനൂജ പറഞ്ഞപ്പോൾ ഹരിശാന്തിനു സമാധാനമായി എല്ലാം അനുജത്തിയോടു തുറന്നു പറയുക വയ്യല്ലോ.

"അവൾ എന്നെ സ്നേഹിച്ചത്, വിശ്വസിച്ചത് ഒരു ദുർബലനിമിഷത്തിൽ എല്ലാം സമർപ്പിച്ചത്, അതൊക്കെ വലിയൊരു ചതിയായിരുന്നു." ഹരിശാന്ത് തനൂജയോടു പറഞ്ഞു.

"എന്തുകൊണ്ടാ ഹരിയേട്ടൻ അങ്ങനെ പറഞ്ഞത്. എങ്ങനെയാ അവൾ ചതിച്ചൂന്നു ഹരിയേട്ടൻ മനസ്സിലാക്കിയത്?"

ഹരിശാന്ത് നെഞ്ചിനു മീതെ ഒന്നു തടവി. ഒരു ആശ്വാസത്തിനെന്നവണ്ണം പിന്നെ ഒന്നു നിശ്വസിച്ചിട്ടു പറഞ്ഞു: "ഹരിതയ്ക്ക് മറ്റൊരാളുമായി ഒരു പ്രേമബന്ധമുണ്ടായിരുന്നു."

തനൂജയ്ക്ക് എന്തുകൊണ്ടോ ഒരു നടുക്കം തോന്നി.

"ആരുമായി?" അവൾ ചോദിച്ചു.

"അവരുടെ അയൽവാസി ആസിയുമ്മയുടെ മകനായിരുന്നു വില്ലൻ - ഫിറോസ്. ആറു വർഷമായി അവനും ഹരിതയുമായി പ്രണയത്തിലായിരുന്നു.

നാല്

ഇത്രത്തോളം സങ്കീർണമായിരുന്നു ഹരിശാന്തിന്റെ പ്രണയകഥ യെന്നു തനൂജ സ്വപ്നത്തിൽപോലും വിചാരിച്ചിരുന്നില്ല. ഇത്രയും മോശക്കാരിയായ ഒരു പെണ്ണിനെയാണ് ഹരിശാന്ത് പ്രേമിച്ചിരുന്ന തെന്നും.

"ഏട്ടനിത്ര ബുദ്ധിഹീനനായിപ്പോയല്ലോ. അവളെപ്പോലൊരു പെണ്ണിന്റെ വലയിൽ കുടുങ്ങാനും മാത്രം ബുദ്ധിയേ ഏട്ടനുണ്ടാ യിരുന്നുള്ളോ?" തനൂജ ആത്മരോഷത്തോടെ ചോദിച്ചു.

"ങ്ഹും... ഞാൻ അവൾ ഫിറോസ് എന്നൊരു ചെറുപ്പക്കാരനെ പ്രേമിച്ചിരുന്നു എന്നു പറഞ്ഞപ്പോഴല്ലേ നിനക്കു മനസ്സിലായത് ഹരിത കുഴപ്പക്കാരിയാണെന്ന്. അതിനു മുമ്പ് എപ്പഴെങ്കിലും തോന്നിയിരുന്നോ?" ഹരിശാന്ത് ചോദിച്ചു.

തനൂജ ഒരു നിമിഷം ആലോചിച്ചു.

"ഇല്ല. ഞാൻ സ്വപ്നേപി വിചാരിച്ചിരുന്നില്ല."

ഹരിശാന്ത് ഒന്നു മന്ദഹസിച്ചു.

"എനിക്കും അതുതന്നെയാ പറ്റിയത്. അവളെ മനസ്സിലാക്കാൻ എനിക്കു പറ്റിയില്ല. പുറമേ കണ്ട ശരീരംപോലെ മനസ്സിനും ഭംഗി യുണ്ടാകുമെന്നു ഞാൻ കരുതി. പക്ഷേ..."

ഹരിശാന്ത് പാതിയിൽ നിർത്തി.

ഹരിതയുടെ രൂപഭംഗി ആരെയും ആകർഷിക്കുംവിധം ലക്ഷണ യുക്തമായിരുന്നു. അന്നു മടിക്കേരിയിലെ ഹോട്ടൽമുറിയിൽ വച്ച് ഒരുമിച്ചു ചേരാൻ കാരണമായതും ആ അംഗലാവണ്യം തന്നെ യായിരുന്നു കുളികഴിഞ്ഞിറങ്ങിയ ഹരിതയെ കണ്ടപ്പോൾ മുതൽ ഹരിശാന്തിനു ഹൃദയമിടിപ്പ് ഉയർന്നിരുന്നു. അവളിൽ നിന്നുയർന്ന വാസനസോപ്പിന്റെ സൗരഭ്യത്തിനുപോലും എന്തോ ഒരു പ്രത്യേകത യുണ്ടായിരുന്നു. ഒരുമിച്ചിരുന്നാണ് ഭക്ഷണം കഴിച്ചത്. കിടക്കാൻ

നേരം ഹരിത സോഫയാണു തിരഞ്ഞെടുത്തത്. ഹരിശാന്ത് നിർബ ന്ധിച്ചു കട്ടിലിൽ കിടത്തി. നുറുങ്ങുവർത്തമാനങ്ങൾ പറഞ്ഞും പാട്ടു കൾ മൂളിയും സമയം കടന്നുപോയി. രാവിന്റെ ഏതോ യാമത്തിൽ ഹരിശാന്തിന്റെ നിയന്ത്രണസീമകൾ അറ്റുപോയി. രാവിലെ ഉണർ ന്നിട്ടും അയാൾ കുറച്ചുനേരംകൂടി കിടക്കയിൽതന്നെ കിടന്നു. തുടർന്നു രാത്രിയിലെ സംഭവങ്ങളെല്ലാം മനസ്സിലേക്ക് ഓടിവന്ന പ്പോൾ അവന് വേവലാതിയായി. ഹരിതയുടെ പ്രതികരണം എന്താ യിരിക്കും? അയാൾ കട്ടിലിൽ നിന്നെഴുന്നേറ്റപ്പോൾ വെറും നിലത്ത് ചുമരും ചാരിയിരിക്കുന്ന ഹരിതയെ കണ്ടു.

അവൻ അവൾക്ക് അരികിലേക്കു ചെല്ലുകയും സാന്ത്വനോക്തി കൾ പറയുകയും ചെയ്തു.

“സംഭവിച്ചതു സംഭവിച്ചു. ഹരിയേട്ടനല്ലേ മോളെ. എന്തായാലും ഞാൻ തന്നെ നിന്നെ കല്യാണം കഴിക്കും. പിന്നെന്താ?”

ഹരിതയുടെ മുഖത്തു കണ്ണീരോ പേടിയോ ആയിരുന്നില്ല. ഒരു തരം മരവിപ്പ്.

“തെറ്റ് എന്റെയാ ഹരിയേട്ടാ. മനസ്സിൽ ഹരിയേട്ടനോടു തോന്നിയ ഇഷ്ടത്തെ തിരുത്താൻ ഞാൻ ശ്രമിച്ചില്ല. അതിനു വളരാൻ വേണ്ട വെള്ളവും വളവും നൽകി. അതിന്റെ ഫലമാ ഇപ്പോ എനിക്കു കിട്ടിയത്.” ഹരിശാന്ത് അവളുടെ ചുമലിൽ കൈവച്ചു.

“ക്ഷമിക്കൂ മോളെ.”

“ഹരിയേട്ടൻ ക്ഷമ ചോദിക്കല്ലേ. ഞാനാ, ഞാനാ എല്ലാത്തിനും കാരണം.”

പൊട്ടിത്തുറന്ന കരച്ചിലോടെ ഹരിത കാൽമുട്ടുകളിലേക്കു മുഖ മർപ്പിച്ചു.

മടിക്കേരിയിൽനിന്നു തിരിച്ചു വയനാട്ടിലേക്കുള്ള യാത്രയിൽ ഹരിത തീർത്തും മൗനിയായിരുന്നു. എസ്റ്റേറ്റ് ബംഗ്ലാവിലേക്കു പോകുന്ന വഴിയിൽ അവൾ കാർ നിർത്തിച്ചു.

“ഞാനിവിടെ ഇറങ്ങിക്കോളാം ഹരിയേട്ടാ.” അവൾ തണുത്ത സ്വരത്തിൽ പറഞ്ഞു.

“ഞാൻ ഇന്നു ബംഗ്ലാവിലാ സ്റ്റേ. രാവിലെ വരണം. നമുക്കു കാണാം.”

ഹരിതയുടെ മുഖത്ത് ഒരു വേദന പിടഞ്ഞു. അവൾ ഹരി ശാന്തിന്റെ ഇടതുകൈത്തലത്തിനു മീതെ തൊട്ടു. പിന്നെ ആ കൈ എടുത്തുയർത്തി അതിൽ അമർത്തിയൊന്ന് ഉമ്മവച്ചു. ഹരിശാന്തിനു ഹൃദയം പിടയുംപോലെ തോന്നി. വീടിനു നേർക്കു പോകുന്ന

വഴിയെ ഹരിത നടന്നുമറയുന്നത് അവൻ നോക്കി ഇരുന്നു. പിന്നെ സാവകാശം ബംഗ്ലാവിലേക്കു കാർ ഓടിച്ചുപോയി.

എസ്റ്റേറ്റ് ബംഗ്ലാവിന്റെ മുറ്റത്തു രണ്ടു വലിയ ലോറികൾ കിടപ്പുണ്ടായിരുന്നു. അതിലേക്കു കുരുമുളകു ചാക്കുകളും കാപ്പിക്കുരു ചാക്കുകളും തൊഴിലാളികൾ കയറ്റിക്കൊണ്ടിരുന്നു. സന്ധ്യാസമയമായതുകൊണ്ട് ബംഗ്ലാവിലെയും പരിസരത്തെയും വൈദ്യുത വിളക്കുകൾ തെളിയിച്ചിരുന്നു. ഹരിശാന്തിന്റെ കാർ മുറ്റത്തേക്കു കയറി വന്നപ്പോൾ ശിവൻകുട്ടി പരിഭ്രമത്തോടെ ഇറങ്ങിവന്നു

"കുഞ്ഞെന്താ ഒന്നു വിളിച്ചു പറയുകപോലും ചെയ്യാതെ?" അയാൾ പരിഭ്രമം മറച്ചാണ് സംസാരിക്കുന്നതെന്നു ഹരിശാന്തിനു തോന്നി.

"എനിക്കിവിടെ താമരശ്ശേരിവരെ വരേണ്ട ഒരു കാര്യമുണ്ടായിരുന്നു. എങ്കിൽ പിന്നെ ഇന്നിവിടെ സ്റ്റേ ചെയ്യാമെന്നു വിചാരിച്ചു."

പറഞ്ഞിട്ട് ഹരിശാന്ത് ലോറികളുടെ നേർക്ക് ഒന്നു നോക്കി.

"ഇതെന്താ സംഭവം?"

"വില്പനയ്ക്കുള്ള കുരുമുളകും കാപ്പിക്കുരുവുമൊക്കെയാ."

"ഈ സമയത്താണോ വിൽക്കാൻ കൊണ്ടുപോകുന്നത്?"

"അല്ല. ലോഡ് ചെയ്തിടുവാ. നാളെ വെളുപ്പിനെയേ ലോറി പോകുന്നൊള്ളൂ."

"ഉം..."

ഹരിശാന്ത് അകത്തേക്കു കയറിപ്പോയി. അന്നു രാത്രി ഹരിശാന്ത് കുളികഴിഞ്ഞു നേരത്തേ കിടന്നുറങ്ങി. അത്താഴം കഴിക്കാൻ ശിവൻകുട്ടി വന്നു വിളിച്ചുവെങ്കിലും അവൻ വേണ്ടെന്നു പറഞ്ഞു.

പിറ്റേന്നു രാവിലെ ഹരിത വരുമെന്നു പ്രതീക്ഷിച്ചെങ്കിലും വന്നത് ശ്രീജിത്താണ്. കൂടെ ഫിറോസ് എന്ന ചെറുപ്പക്കാരനുമുണ്ടായിരുന്നു. ഫിറോസിന്റെ ഓട്ടോറിക്ഷയിലാണ് ഇരുവരും വന്നത്. ഹരിശാന്തിനെ കണ്ടു ശ്രീജിത്ത് പുഞ്ചിരിക്കുകയും കുശലാന്വേഷണങ്ങൾ നടത്തുകയും ചെയ്തു.

"ഹരിത എവിടെ, കണ്ടില്ലല്ലോ?"

"അവൾ വരുന്നില്ലെന്നു പറഞ്ഞു. സാറിനുള്ള ഭക്ഷണം ഉണ്ടാക്കി തന്നയച്ചിട്ടുണ്ട്."

അവൻ തെർമൽ കാരിയർ ഉയർത്തിക്കാണിച്ചിട്ടു പറഞ്ഞു.

ഹരിശാന്തിന്റെ മനസ്സു മങ്ങി. ഫിറോസിനെയും ശ്രീജിത്ത് പരിചയപ്പെടുത്തി.

“ഇതു ഫിറോസിക്ക. വീടിനടുത്താ താമസം. ടൗണിൽ ഓട്ടോ ഓടിക്കുവാ”

ഹരിശാന്ത് പുഞ്ചിരിച്ചുവെങ്കിലും ഫിറോസിന്റെ മുഖത്തു ഗൗരവമായിരുന്നു.

കാരിയർ ശിവൻകുട്ടിയെ ഏല്പിച്ചിട്ട് ശ്രീജിത്തും ഫിറോസും തിരിച്ചുപോയി. ഹരിശാന്തിനു ബ്രേക്ഫാസ്റ്റ് കഴിക്കാൻ തോന്നിയില്ല. ഉച്ചഭക്ഷണം ഫിറോസാണ് കൊണ്ടുവന്നു ശിവൻകുട്ടിയെ ഏൽപി ച്ചിട്ടു പോയത്. അതോടെ ഹരിത വരില്ല എന്ന കാര്യത്തിൽ തീർച്ച യായി. അവൻ പല തവണ അവളുടെ ഫോണിലേക്കു വിളിച്ചെ ങ്കിലും സ്വിച്ച്ഡോഫായിരുന്നു.

ഉച്ചഭക്ഷണം കഴിക്കാതെ ഹരിശാന്ത് തിരിച്ചുപോന്നു. പോകും മുൻപ് ഹരിതയെ ഒന്നു കാണണമെന്നുണ്ടായിരുന്നെങ്കിലും സ്വയം നിയന്ത്രിച്ചു. തെറ്റ് തന്റെ ഭാഗത്താണ്. പക്ഷേ, ഇങ്ങനെ അവഗണി ക്കേണ്ട കാര്യമുണ്ടോ? ഹരിതയുടെ ഭാഗത്തുനിന്നുള്ള അവഗണന ഒന്നോ രണ്ടോ ദിവസത്തേക്കു നീളുമെന്നേ ഹരിശാന്ത് വിചാരിച്ചി രുന്നുള്ളൂ. പക്ഷേ, അത് ആഴ്ചകളോളം നീണ്ടുനിന്നു. സദാസമ യവും അവളുടെ ഫോൺ സ്വിച്ച്ഡ് ഓഫായിരുന്നു.

“ഹരിയേട്ടൻ ഇതിനിടയ്ക്ക് ഒരിക്കൽപോലും ഹരിതയെ കാണാൻ ശ്രമിച്ചില്ലേ?” തനൂജ ആകാംക്ഷയോടെ ചോദിച്ചു.

ഹരിശാന്ത് കസേരയിൽ ഇരിക്കുകയായിരുന്നു. തനൂജ ഇല ക്ട്രിക് കെറ്റിലുപയോഗിച്ചു തയ്യാറാക്കിയ ചായ അയാളുടെ മുമ്പിൽ ആവിയുടെ സുതാര്യമായ മറ സൃഷ്ടിച്ചുകൊണ്ടിരുന്നു.

“കാണണമെന്ന ആഗ്രഹം എനിക്കുണ്ടായിരുന്നു. പല രാത്രി കളിലും അതെന്നെ ശ്വാസംമുട്ടിച്ചു. പക്ഷേ, വയനാട്ടിലേക്കു ചെല്ലാൻ ആലോചിക്കുമ്പോൾ ഒരു ധൈര്യമില്ലായ്മ. ഹോട്ടൽമുറി യിൽ സംഭവിച്ച കാര്യങ്ങൾ ഹരിത ആരോടെങ്കിലും പറഞ്ഞിട്ടുണ്ടെ ങ്കിൽ ശിവൻകുട്ടിയങ്കിളിന്റെ മുഖത്ത് എങ്ങനെ നോക്കും? ശ്രീജി ത്തിനെ എങ്ങനെ ഫെയ്സ് ചെയ്യും. അവർ ഇക്കാര്യം അച്ഛനെയോ ലളിതാമ്മയെയോ വിളിച്ചുപറഞ്ഞാൽ എങ്ങനെ അവരുടെ മുമ്പിൽ പോയി നിൽക്കും? ഈ ആലോചനകളെല്ലാം ഹരിതയെ കാണുന്ന തിൽനിന്ന് എന്നെ പിന്നോട്ടു വലിച്ചുകൊണ്ടിരുന്നു.” ഹരിശാന്ത് ഒന്നു നിശ്വസിച്ചു.

“കൃത്യം ഒരു മാസം കഴിഞ്ഞപ്പോൾ ഹരിത എന്റെ ഫോണി ലേക്കു വിളിച്ചു.”

തനൂജയ്ക്ക് ആശ്ചര്യമായി.

“എന്തിന്, എന്തിനാ അവൾ വിളിച്ചത്?” തനൂജ ചോദിച്ചു.

ഹരിശാന്ത് ആ സംഭവം ഓർത്തെടുത്തു. ഹരിതയുടെ നമ്പരിൽ നിന്നു കോൾ വന്നപ്പോൾ അവനു വലിയ അമ്പരപ്പായിരുന്നു. വിറ കൊള്ളുന്ന ഹൃദയത്തോടെയാണ് അവൻ കോളെടുത്തത്.

“ഹരിയേട്ടാ...” അവളുടെ വിതുമ്പുന്ന സ്വരം.

“ഹരിതാ... നീ.. നീയെന്നെ മറന്നു അല്ലേ?”

ഹരിശാന്തിന് അത്രയുമേ ചോദിക്കാൻ കഴിഞ്ഞുള്ളൂ. ആർത്ത ലച്ചതുപോലെ മറുവശത്തുനിന്നു കരച്ചിൽ വന്നു. അതു നിമിഷങ്ങ ളോളം നീണ്ടുനിന്നു. ഒടുവിൽ ഹരിശാന്ത്തന്നെ അവളെ ആശ്വസി പ്പിക്കേണ്ടിവന്നു.

“വിഷമിക്കാതെ. സാരമില്ല. നിനക്കതൊരു ഷോക്കായിക്കാണു മെന്ന് എനിക്കറിയാം. അതല്ലേ എന്നെ ഇത്രയും ദിവസം വിളിക്കാ തിരുന്നത്. എന്റെ തെറ്റാ.” ഒരിക്കൽകൂടി സോറി ഹരിശാന്ത് പറഞ്ഞ പ്പോൾ അവൾ തടഞ്ഞു.

“വേണ്ട ക്ഷമയൊന്നും പറയേണ്ട. എനിക്കൊരു വാക്കു തന്നാൽ മതി. ഒരിക്കലും എന്നെ കൈവിട്ടുകളയില്ലെന്ന്.”

“അതിനാണോ ഞാൻ നിന്നെ സ്നേഹിച്ചത്?”

“എന്തുതന്നെ സംഭവിച്ചാലും എന്നെ കൈവിട്ടുകളയരുത്. ഈ ലോകം മുഴുവൻ എതിർത്താലും.” ഹരിത വാശിയോടെയാണ് ചോദിക്കുന്നത്.

“ഒരിക്കലുമില്ല.” ഹരിശാന്ത് വാക്കുകൊടുത്തു.

“ഹരിയേട്ടാ... എനിക്കൊരു സംശയമുണ്ട്. അതു ശരിയാണെ ങ്കിൽ എത്രയും വേഗം നമുക്കൊരു തീരുമാനമെടുക്കേണ്ടി വരും.” ഹരിത ആലോചനയുടെ സ്വരത്തിലാണു പറഞ്ഞത്.

“എന്തു സംശയം? നീ തെളിച്ചു പറ.”

ഒരു നിമിഷത്തിനു ശേഷം ഹരിതയുടെ സ്വരം വന്നു.

“ഞാൻ പ്രഗ്നന്റാണോയെന്ന് ഒരു സംശയം.”

ഹരിശാന്തിന്റെ ഒരു സ്തബ്ധത നിറഞ്ഞു.

“ഹരിയേട്ടാ... കേൾക്കാമോ?” മറുവശത്തുനിന്നു ഹരിതയുടെ അടഞ്ഞ ശബ്ദം.

“ഉം... കേൾക്കാം. സത്യമാണോ മോളേ?” ഹരിശാന്ത് ഒരുവിധ ത്തിൽ ചോദിച്ചു.

“സത്യമാകാനാ സാധ്യത. എന്നെ ഉപേക്ഷിക്കില്ലല്ലോ.”

“ഇല്ല. ഞാൻ വയനാട്ടിലേക്ക് വരട്ടെ മോളേ.”

‘‘ഇപ്പോ വേണ്ട. ഞാൻ എല്ലാമൊന്നു തീർച്ചപ്പെടുത്തിക്കോട്ടെ. എനിക്കു കുറച്ചു കൺഫ്യൂഷൻസ് ഉണ്ട് ഹരിയേട്ടാ. അതെല്ലാം തീർന്നാലേ ഒരു തീരുമാനമെടുക്കാൻ പറ്റൂ. പക്ഷേ, ഹരിയേട്ടന്റെ കൂടെ ജീവിക്കാനാണ് ഞാൻ തീരുമാനിക്കുന്നതെങ്കിൽ എന്റെകൂടെ നിൽക്കണേ.”

ഹരിത പറഞ്ഞപ്പോൾ ഹരിശാന്തിന് ഒരു അപാകത തോന്നി.

“അതെന്താ മോളങ്ങനെ പറഞ്ഞത്? എന്റെ കൂടെയല്ലാതെ ജീവിക്കണമെന്നു നിനക്കു തീരുമാനിക്കാൻ കഴിയോ? എന്താ ഇതിലിത്ര കൺഫ്യൂഷൻ?” അവൻ ചോദിച്ചു.

“കൂടുതലൊന്നും ഞാനിപ്പോൾ പറയാനില്ല ഹരിയേട്ടാ. ഞാൻ വിളിച്ചോളാം.”

“നീ ഫോൺ ഓഫാക്കിവയ്ക്കല്ലേ.”

“ഇല്ല. ഇപ്പോ ചിലപ്പോൾ ഓഫാക്കും. പക്ഷേ, ഓണാകുമ്പോൾ ഞാൻ വിളിച്ചോളാം.” ഹരിത കോൾ മുറിച്ചു.

“അതായിരുന്നു ഹരിതയുമായുള്ള എന്റെ അവസാന ഫോൺ കോൾ.” ഹരിശാന്ത് തനൂജയോടു പറഞ്ഞു.

തനൂജ ആകാംക്ഷയോടെ നോക്കി.

“പിന്നീട് ഹരിത വിളിച്ചില്ലേ? ഹരിയേട്ടൻ അവളെ കണ്ടില്ലേ?”

“ഇല്ല, രണ്ടു ദിവസം ഞാൻ ക്ഷമയോടെ കാത്തിരുന്നു. അവൾ വിളിച്ചില്ല. ഫോൺ സ്വിച്ച്ഡോഫും. ഒടുവിൽ എനിക്കു സഹികെട്ടു. അച്ഛനോട് എല്ലാ കാര്യങ്ങളും തുറന്നുപറയണമെന്നു തീരുമാനിച്ചു. അച്ഛൻ ശിവൻകുട്ടിയങ്കിളിനോടു സംസാരിച്ച് ഞങ്ങളുടെ വിവാഹം തീരുമാനിച്ചാൽ പ്രശ്നങ്ങളെല്ലാം പരിഹരിക്കപ്പെടുമല്ലോ.”

തനൂജയ്ക്ക് അമ്പരപ്പായി. “ഹരിയേട്ടൻ ഇത് അച്ഛനോടു പറഞ്ഞിരുന്നോ?”

“ഇല്ല. പറയണമെന്നു കരുതിയാ ഞാൻ വാഗമണ്ണിൽനിന്ന് ഇവിടെ വന്നത്. അപ്പോഴേക്കും കാര്യങ്ങളെല്ലാം കൈവിട്ടു പോയിരുന്നു.”

മാസങ്ങൾക്കുമുൻപ് ഹരിശാന്ത് വാഗമണ്ണിൽനിന്നു വീട്ടിലെത്തിയ ദിവസം ലളിതശ്രീയാണ് വാതിൽ തുറന്നത്.

“നീയെന്താ മോനേ വിളിച്ചുപറയാതെ വന്നത്?” ക്ഷീണിതമായ മുഖഭാവത്തോടെ അവർ ചോദിച്ചു.

“അച്ഛനെ ഒന്നു കാണണമായിരുന്നു. അത്യാവശ്യമായി ചില കാര്യങ്ങൾ സംസാരിക്കാനുണ്ട്.” ബാക്ക്പാക്ക് അഴിച്ചു സോഫയിലേക്കു വച്ചുകൊണ്ട് ഹരിശാന്ത് പറഞ്ഞു.

"മോനേ, അച്ഛനിവിടെ ഇല്ലല്ലോ. മാനന്തവാടിക്കു പോയിരിക്കുവാ. എസ്റ്റേറ്റിൽ."

ആ സ്ഥലപ്പേരു കേട്ടപ്പോൾ ഹരിശാന്തിനു നെഞ്ചിലൊരു പോറൽവീണതുപോലെ തോന്നി.

"എന്താ ലളിതാമ്മേ, കണക്കുനോട്ടമോ ബോണസ് വിതരണമോ വല്ലതുമാണോ?" ഹരിശാന്ത് വേവലാതി മറച്ചുവച്ചു ചോദിച്ചു.

സാധാരണ അത്തരം സാഹചര്യങ്ങളിലേ ചന്ദ്രകുമാർ അവിടേക്കു പോകാറുള്ളൂ. ബാക്കിയെല്ലാ ചുമതലകളും ശിവൻകുട്ടി വിശ്വസ്തതയോടെ നടത്തിക്കൊടുക്കുകയാണു പതിവ്.

"അങ്ങനെയല്ല മോനേ. അവിടെ ഒരു കുഴപ്പമുണ്ടായി. നമ്മുടെ മാനേജർ ശിവൻകുട്ടിയില്ലേ, അയാളുടെ മകൾ ഒളിച്ചോടിപ്പോയി."

ജീവിതത്തിൽ അത്രയും വലിയൊരു നടുക്കം നെഞ്ചിലേക്കു വീഴുന്നത് ആദ്യമായാണ്. ഹരിശാന്ത് പതർച്ചയോടെ തിരക്കി.

"ഹരി... ഹരിതയാണോ?"

ലളിതശ്രീയുടെ മുഖത്ത് ഒരു ചോദ്യചിഹ്നം വീണു.

"ആ... ഹരിത. നിനക്കറിയോ ആ കുട്ടിയെ?"

ഹരിശാന്ത് നെഞ്ചിലെ കുടുക്കം മറയ്ക്കാൻ ശ്രമിച്ചുകൊണ്ട് മറുപടി പറഞ്ഞു: "കണ്ടിട്ടുണ്ട്. ഞാനും അഭിലാഷുംകൂടി വയനാട്ടിലേക്ക് പോയപ്പോൾ ആ കുട്ടിയാരുന്നു ഭക്ഷണമൊക്കെ ഉണ്ടാക്കിത്തന്നത്."

"മംഗലാപുരത്തെങ്ങാണ്ടു വലിയ കോഴ്സിനു പഠിക്കുവാരുന്നു. എന്തു പഠിച്ചാൽ എന്താ കാര്യം. അയൽപക്കത്തുള്ള ഒരു ഓട്ടോക്കാരനുമായി പ്രേമത്തിലായിരുന്നെന്ന്. കഴിഞ്ഞ ദിവസം നേരം വെളുത്തപ്പോൾ ആളെ കാണാനില്ല. ഒരു കത്തെഴുതി വെച്ചേക്കുന്നു. പോകുന്നു, അന്വേഷിക്കേണ്ടാന്നു പറഞ്ഞ്." ലളിതശ്രീ വിശദീകരിച്ചു.

"ആ ചെറുക്കന്റെ പേരെന്താന്നു മറന്നു. സ്വന്തം ജാതിയിലൊന്നുമുള്ളതല്ലെന്നേ." ഹരിശാന്ത് മുഖം തുടച്ചു

"ഫിറോസെന്നാണോ?"

"ആ... അങ്ങനെ എന്തോ ആണ്. ഇനിപ്പോ എന്തായാൽ എന്താ. ഒറ്റമകളാണെന്നുപറഞ്ഞു ലാളിച്ചുവളർത്തിയതാ. ഓട്ടോക്കാരന്റെ ചിരിക്കു മുൻപിൽ എന്തു സ്വന്തം. എന്തു ബന്ധം?" ലളിത്രശീ പരിതപിച്ചു.

"അച്ഛനെന്തിനാ പോയത്?"

"ശിവൻകുട്ടി വിളിച്ചിട്ട്. രണ്ടുപേരും കൂടെ കർണാടകയ്ക്കാ പോയതെന്ന് ഒരു വിവരം കിട്ടിയിട്ടുണ്ട്. അച്ഛനു ശിവൻകുട്ടിയെ വലിയ കാര്യമല്ലേ. ഒരു വിഷമം വന്നപ്പോ ചെന്നൂന്നേയുള്ളൂ." ലളിതശ്രീ പറഞ്ഞു.

ഹരിശാന്ത് ഇനിയെന്തു ചോദിക്കണമെന്നോ പറയണമെന്നോ അറിയാത്ത അവസ്ഥയിലായി. അവൻ തന്റെ മുറിയുടെ നേർക്കു പോയി. ബാത്റൂമിനുള്ളിൽ ഷവറിനു കീഴിൽ മണിക്കൂറുകളോളം നനഞ്ഞു നിന്നു. രാത്രി ചന്ദ്രകുമാർ വന്നപ്പോൾ കൂടുതൽ വിവരങ്ങൾ കിട്ടി.

"അഞ്ചാറു വർഷമായി ഓട്ടോക്കാരൻ പയ്യനുമായി ഇവളു പ്രേമം തുടങ്ങീട്ട്. അവൻ ശിവൻകുട്ടിയോടു വന്നു കല്യാണാലോചനയൊക്കെ നടത്തിയതാ. ജാതീം മതോം വേറെ ആയതുകൊണ്ട് നടക്കില്ലെന്നു ശിവൻകുട്ടി തീർത്തുപറഞ്ഞു. അവളെ പഠിപ്പിച്ച് ഏതെങ്കിലും ഗവണ്മെന്റ് സർവീസിൽ കയറ്റണമെന്നായിരുന്നു ശിവൻകുട്ടീടെ ഉദ്ദേശ്യം. എല്ലാമിപ്പോ വെള്ളത്തിൽ വരച്ച വരപോലെയായി." ചന്ദ്രകുമാർ പറഞ്ഞു.

വലിയൊരു അസംബന്ധനാടകം കൺമുന്നിൽ അരങ്ങേറുകയാണെന്നു മാത്രമാണ് ഹരിശാന്തിനു തോന്നിയത്. ഒരു പെണ്ണിനെ പ്രേമിച്ചതും വിവാഹം കഴിക്കാൻ ആഗ്രഹിച്ചതുമൊക്കെ സാധാരണ കാര്യമായിരുന്നു. അനുകൂലമായ ഒരു സാഹചര്യത്തിൽ അവളോടൊത്തു ശരീരവും മനസ്സും പങ്കുവയ്ക്കേണ്ടിവന്നതിലും അപാകതയൊന്നും തോന്നിയില്ല. പക്ഷേ, തന്നിൽനിന്നു ഗർഭവതിയായി എന്നു പറഞ്ഞ പെൺകുട്ടി ഇതാ മറ്റൊരു ചെറുപ്പക്കാരനൊപ്പം ഒളിച്ചോടിപ്പോയിരിക്കുന്നു. ഇത്രത്തോളം അസംബന്ധം മറ്റെവിടെയാണു കാണാൻ കഴിയുക.

"എന്നെ സംബന്ധിച്ച് അതു വിശ്വസിക്കുക പ്രയാസമായിരുന്നു. വയനാട്ടിൽ ചെന്നു ശിവൻകുട്ടിയങ്കിളിനെ കണ്ടു സംസാരിച്ചാൽ മാത്രമേ നടന്ന സംഭവങ്ങൾ എന്താണെന്നു കൃത്യമായി മനസ്സിലാക്കാനാവൂ. ആദ്യഷോക്കിന്റെ മരവിപ്പു മാറിയപ്പോൾ ഞാനാദ്യം ചെയ്തത് വയനാടിനു പോവുക എന്നതായിരുന്നു." ഹരിശാന്ത് തനൂജയോടു പറഞ്ഞു.

അവിശ്വസനീയമായ സംഭവവികാസങ്ങൾ കേട്ടു തരിപ്പോടെ ഇരുന്ന തനൂജ ചോദിച്ചു: "ഹരിയേട്ടൻ ശിവൻകുട്ടിയങ്കിളിനെ കണ്ടോ?"

"ഉവ്വ്. എസ്റ്റേറ്റ് ബംഗ്ലാവ് അടച്ചിട്ടിരിക്കുകയായിരുന്നതുകൊണ്ട് ഞാൻ അവരുടെ വീട്ടിൽ ചെന്നാണ് കണ്ടത്."

ഹരിശാന്ത് അന്നത്തെ സംഭവങ്ങൾ തനൂജയോടു വിശദീകരിച്ചു.

ശിവൻകുട്ടിയും മകൻ ശ്രീജിത്തും മാത്രമേ വീട്ടിലുണ്ടായിരുന്നുള്ളൂ. ഹരിശാന്തിനെ തണുത്ത മനസ്സോടെയാണ് ഇരുവരും സ്വീകരിച്ചത്. അഭ്യുദയകാംക്ഷിയുടെ മുഖംമൂടിവച്ചാണ് ഹരിശാന്തിന് അവരോടു സംസാരിക്കേണ്ടിവന്നത്.

"അച്ഛൻ പറഞ്ഞപ്പോൾ എനിക്കു ഷോക്കായിപ്പോയി. ഹരിത ഇങ്ങനെയൊരു പ്രവൃത്തി ചെയ്യുമെന്നു ഞാൻ വിചാരിച്ചില്ല." അവൻ മനസ്തോഭം അടക്കിപ്പിടിച്ചു പറഞ്ഞു.

"ആ പയ്യനുമായി അവളു പണ്ടേ അടുപ്പത്തിലായിരുന്നു മോനേ. സ്കൂളിൽ പഠിക്കുന്ന സമയത്ത് അവന്റെ ഓട്ടോറിക്ഷയിൽ കയറിയുള്ള പരിചയമാ പിന്നതു പ്രേമമായി. അവളു പ്ലസ് ടു കഴിഞ്ഞ സമയത്ത് അവൻ വന്നു കല്യാണമാലോചിച്ചു. നടക്കില്ലാന്നു ഞാൻ തീർത്തുപറഞ്ഞതാ. അവന്റെ ശല്യമുണ്ടാകേണ്ടെന്നു കരുതിയാ മംഗലാപുരത്തു ഹരിതേനെ ഡിഗ്രിക്കു ചേർത്തത്."

ഹരിശാന്തിനു തല പുകയുംപോലെ തോന്നി. ഇത്രയും മുമ്പേ ഒരു പ്രേമബന്ധത്തിൽപെട്ട പെൺകുട്ടി തന്നോട് അടുപ്പം കാണിച്ചത് എന്തിന്?

അവൻ ശ്രീജിത്തിനെ നോക്കി.

"ഫിറോസിനെ ശ്രീജിത്തല്ലേ അന്നു പരിചയപ്പെടുത്തിയത്. ഹരിതയുമായി അടുപ്പമുണ്ടായിരുന്നുവെന്ന് അറിഞ്ഞ സ്ഥിതിക്ക് നീയെന്തിനാ അവനുമായി സൗഹൃദം തുടർന്നത്?"

ശ്രീജിത്തിൽ ഒരു പതർച്ചയുണ്ടായി. ശിവൻകുട്ടിയാണ് മറുപടി പറഞ്ഞത്.

"മോനേ, ഇവരെല്ലാം കൊച്ചിലേ മുതൽ ഒരുമിച്ചു കളിച്ചു വളർന്നവരാ. ഫിറോസിന് ഇത്തിരി മൂപ്പുണ്ടായിരുന്നൂന്നു മാത്രം ദാ... നോക്കിക്കേ. അവന്റെ വീടാ അത്."

ശിവൻകുട്ടി കൈ ചൂണ്ടിയിടത്തേക്ക് ഹരിശാന്ത് നോക്കി. ഒരു ഓടിട്ട പഴയ മോഡൽ വീട്.

"അവനും ചെവി കേൾക്കാൻ ബുദ്ധിമുട്ടുള്ള അവന്റെ ഉമ്മായും ഇത്രയും അടുത്താ താമസം. ഒരാവശ്യം വന്നാൽ അവന്റെ ഓട്ടോയാ ഞങ്ങൾ വിളിച്ചിരുന്നത്. ഹരിതയ്ക്ക് അവനോടു താൽപര്യമൊന്നുമില്ലെന്നാ ഞങ്ങൾ വിചാരിച്ചിരുന്നത്. അവനാണെങ്കിൽ എപ്പോൾ കണ്ടാലും ഇടിച്ചുകയറി മിണ്ടും. പിന്നെത്ര കാലമാ പിണങ്ങിയിരിക്കുന്നത്?"

ഹരിശാന്തിന് ആ ന്യായം ബോധ്യപ്പെട്ടു. ആ തൊട്ടയൽവക്കത്തുള്ളവരോട് എത്രനാൾ അകൽച്ച കാണിക്കും. ശിവൻകുട്ടി ഹരിശാന്തിനെ മുറ്റത്തിന്റെ ഒരു കോണിലേക്കു മാറ്റിനിർത്തി.

"അവനും അവളും കൂടി ദോണിക്കൂപ്പയ്ക്കാ പോയിരിക്കുന്നത്. പൊലീസിൽ പരാതി കൊടുത്തേക്കുവാ. പോയതിന് ഒരു തെളിവു വേണമല്ലോ. നമ്മുടെ കൊച്ചിനെ അവൻ ഉപദ്രവിക്കുകയോ ദ്രോഹിക്കുകയോ ചെയ്യാതെ നോക്കണമല്ലോ. ഒന്നുമറിയാത്ത പൊട്ടിയാ. എടുത്തുചാട്ടത്തിന്റെ ഫലമനുഭവിക്കേണ്ടിവന്നാലോന്നുള്ള പേടിയാ എനിക്ക്."

"ഒന്നുമറിയാത്ത പൊട്ടി." ഹരിശാന്തിന് ഒന്നു കാർക്കിച്ചു തുപ്പണമെന്നു തോന്നി.

"മനസ്സിലിട്ട് അവളെ ആയിരംവട്ടം ചവിട്ടിയരച്ചുകൊണ്ടാ ഞാൻ തിരിച്ചു വന്നത്. മറക്കണമെന്നു തീരുമാനിക്കുകയും ചെയ്തു. പക്ഷേ..."

ഹരിശാന്ത് പാതിയിൽ നിർത്തിയിട്ട് തനൂജയെ നോക്കി.

അവളുടെ മുഖത്തു രോഷം ചുവപ്പുരാശിയായി തെളിഞ്ഞിരുന്നു.

"എന്തുപക്ഷേ... ഏട്ടൻ ഇങ്ങനെയൊരു വിഡ്ഢിയായിപ്പോയല്ലോ. മറ്റൊരുത്തനൊപ്പം ഒളിച്ചോടിപ്പോയ ഒരു പെണ്ണിനുവേണ്ടി ജീവിതം നശിപ്പിക്കുന്നു. മദ്യവും മയക്കുമരുന്നും കഴിച്ച് നടുറോഡിൽ കിടക്കുന്നു. അച്ഛന്റെയും ലളിതാമ്മയുടെയും മുഖത്തു കരിവാരിത്തേയ്ക്കുന്നു. ഒരു തവണ ആലോചിച്ചാൽ മനസ്സിലാവില്ലേ പറ്റിക്കപ്പെടുകയായിരുന്നൂന്ന്." തനൂജയുടെ സ്വരം രോഷാധിക്യത്താൽ വിറപൂണ്ടു.

"എനിക്കറിയാം തനൂ. പറഞ്ഞല്ലോ. മനഃപൂർവമല്ല ഒന്നും. മറക്കാൻ പറ്റണ്ടേ. എന്റെ കുഞ്ഞ്... അവളുടെ വയറ്റിൽ ഉണ്ടല്ലോ." ഹരിശാന്തിന്റെ സ്വരം ഇടറി.

"അത് ഏട്ടന്റെ തന്നെയാണെന്ന് എന്താ ഉറപ്പ്? ആ ഓട്ടോക്കാരന്റെയാവും. അതാ അവള് അവന്റെ കൂടെ പോയത്."

"അങ്ങനെയൊക്കെ ഞാനും ചിന്തിച്ചു. പക്ഷേ, അക്കാര്യത്തിൽ എനിക്കു കണ്ണടയ്ക്കാൻ പറ്റുന്നില്ല. അല്ലെങ്കിൽ ഹരിത നേരിട്ട് എന്നോടു വന്നു പറയണം. അല്ലാതെ എന്റെ മനസ്സിനു സ്വസ്ഥതയില്ല. സത്യം പറയാമല്ലോ. അവളെന്തോ അപകടത്തിൽപെട്ട് അവന്റെ കൂടെ പോകേണ്ടിവന്നതാണെന്നാ എനിക്കു തോന്നുന്നത്." ഹരിശാന്ത് പറഞ്ഞു.

“ഏട്ടനവളെ നേരിട്ടു കണ്ടു ചോദിക്കാൻ വയ്യാരുന്നോ. ദോണിക്കുപ്പ വരെ ചെന്നാൽ പോരെ?” തനൂജ ചോദിച്ചു.

“ഏതു മുഖം വച്ചു ഞാൻ പോകും. അവളിപ്പോൾ ഒരു ഭാര്യയല്ലേ. ഒരുപക്ഷേ എന്റെ കുഞ്ഞിന്റെ അമ്മയും.” ഹരിശാന്ത് ആത്മനിന്ദ നിറഞ്ഞ സ്വരത്തിൽ പറഞ്ഞു.

“അവളാ കുഞ്ഞിനെ പ്രസവിച്ചാൽ ആ ഓട്ടോക്കാരനിൽത്തന്നെ അതിന്റെ പിതൃത്വം ഏല്പിച്ചോളും. ഏട്ടനതു മറന്നുകള.”

ഹരിശാന്ത് തലയിളക്കി. പിന്നെ എഴുന്നേറ്റു ജനലരികിലേക്കു പോയി. തനൂജ പിന്നാലെ ചെന്നു.

“ഏട്ടാ... ഇതു മ്ലേച്ഛമാണ്. നമ്മളു പിന്നാലെ പോയാലും അപമാനവും വേദനയും മാത്രമേ കിട്ടൂ.”

തനൂജ പറഞ്ഞപ്പോൾ ഹരിശാന്ത് ഒന്നു നോക്കി.

“ഞാനിതു നിന്നോടു പറഞ്ഞത് എന്തിനാണെന്ന് അറിയാമോ. ഹരിതയെ ഒന്നു കാണാൻ ഏതെങ്കിലും വിധത്തിൽ നിനക്കു സഹായിക്കാമോ. നീ ഒരു പെൺകുട്ടിയല്ലേ. എന്നേക്കാൾ വലുതായി നിനക്ക് ഇക്കാര്യത്തിൽ എന്തെങ്കിലും ചെയ്യാൻ കഴിയും.”

“ഞാനെന്തു ചെയ്യാനാ ഏട്ടാ?”

“എന്തു വേണമെങ്കിലും ചെയ്യാം. ഹരിതയെ ഒരു തവണയെങ്കിലും എന്റെ മുൻപിൽ കൊണ്ടുവന്നു നിർത്തണം. അതു മതി.”

തനൂജ ഒന്ന് ആലോചിച്ചു.

“ശരി ഞാനവളെ കണ്ടുപിടിച്ചു തരാം. പക്ഷേ, ഏട്ടൻ പഴയ ജീവിതത്തിലേക്കു മടങ്ങിവരുമെന്ന് വാക്കു തരണം.”

ഹരിശാന്ത് തനൂജയുടെ കരം കവർന്നു.

“വാക്ക്.”

തനൂജയുടെ മുഖത്തു ദാർഢ്യം നിറഞ്ഞു.

“ഞാനും വാക്കുതരുന്നു. ഹരിതയെ ഏട്ടന്റെ മുൻപിൽ കൊണ്ടുവന്നു നിർത്താം.”

ഹരിശാന്തിന് സമാധാനം തോന്നി. വാഗ്ദാനങ്ങൾ ഒന്നും പാലിക്കപ്പെടാൻ പോകുന്നില്ലെന്ന് ആ നിമിഷങ്ങളിൽ അവർക്ക് അറിയുമായിരുന്നില്ല. ഇവിടെനിന്നു ജീവിതം വഴി തിരിയുകയാണെന്നും.

അഞ്ച്

വെളുപ്പാൻകാലത്തെപ്പോഴോ ആണ് തനൂജ ഉറങ്ങിയത്. അതുകൊണ്ടുതന്നെ രാവിലെ ഉണരാൻ വൈകി. കുളിച്ചു വേഷം മാറി ഡൈനിങ് റൂമിലെത്തുമ്പോൾ 11 മണിയായി. ഡൈനിങ് ടേബിളിനരികിൽ ആലോചനയോടെ ഇരിക്കുകയായിരുന്ന ലളിതശ്രീ. അവളെ കണ്ടതും ജോലിക്കാരി ദേവയാനിയെ വിളിച്ചു ചായ കൊണ്ടുവരുവാനായി ആവശ്യപ്പെട്ടു. തനൂജ കാസറോളുകൾ പരിശോധിച്ചു. അപ്പവും മുട്ടറോസ്റ്റുമുണ്ട്. അവൾ ആവശ്യമുള്ളത്ര പ്ലെയ്റ്റിലേക്ക് എടുത്തു.

"ഹരിയേട്ടൻ എഴുന്നേറ്റോ ലളിതമ്മേ?" തനൂജ തിരക്കി.

"ഹരിക്കുട്ടൻ രാവിലെ എഴുന്നേറ്റു. പുറത്തേക്കു പോയിട്ടു കുറച്ചു നേരമായി." ലളിതശ്രീ പറഞ്ഞു.

"എങ്ങനെ സാധിക്കുന്നോ എന്തോ? എനിക്കിപ്പോഴും തീർന്നിട്ടില്ല ഉറക്കമിളപ്പിന്റെ ക്ഷീണം."

"എന്തായിരുന്നു ഇന്നലെ രാത്രീൽ. രണ്ടാളും കുറെ സംസാരിച്ചു അല്ലേ?"

"ഹരിയേട്ടനാ സംസാരിച്ചത്. ഞാൻ വെറും കേൾവിക്കാരി."

"എന്തെങ്കിലും അവൻ തുറന്നുപറഞ്ഞോ മോളേ?" ലളിതശ്രീയുടെ സ്വരത്തിൽ ആകാംക്ഷ നിറഞ്ഞു.

"എന്തെങ്കിലുമല്ല. എല്ലാം പറഞ്ഞു ലളിതാമ്മേ. ഹരിയേട്ടന് ഒരു പ്രേമബന്ധമുണ്ടായിരുന്നു. അതു പൊളിഞ്ഞു പാളീസായതിന്റെ ഫ്രസ്ട്രേഷനിലാരുന്നു ഈ കാട്ടിക്കൂട്ടലുകളൊക്കെ."

തനൂജ പറഞ്ഞപ്പോൾ ലളിത്രശ്രീക്കു ഗൗരവമായി.

"എല്ലാം മറക്കണമെന്നു നീയവനോടു പറഞ്ഞോ? സ്വന്തം ജീവിതമിങ്ങനെ ആർക്കെങ്കിലും വേണ്ടി നശിപ്പിക്കരുതെന്ന് ഉപദേശിച്ചുകൂടാരുന്നോ?"

"പറയാനുള്ളതൊക്കെ ഞാൻ പറഞ്ഞിട്ടുണ്ട്."

"അല്ല... ഏതു പെൺകുട്ടിയെയാ ഹരിയേട്ടൻ സ്നേഹിച്ചതെന്നു ലളിതാമ്മയ്ക്ക് അറിയേണ്ടേ?"

"വേണ്ട." ലളിതശ്രീ കൈയുയർത്തി വിലക്കി. "അവന്റെ ജീവിതം നശിപ്പിച്ച പെണ്ണല്ലേ. അവളെക്കുറിച്ച് ഒന്നുമെനിക്കറിയണ്ട. മോളെ ങ്ങനെയെങ്കിലും അവനെ നല്ലവഴിക്കു കൊണ്ടുവന്നാൽ മതി." ലളിതശ്രീ പറഞ്ഞു.

അതു നന്നായി എന്നു തനൂജ കരുതി. എത്രയൊക്കെ പരി ശ്രമിച്ചാലും ഇനിയൊരിക്കലും ഹരിതയെന്ന പെൺകുട്ടി ഹരി യേട്ടന്റെ ജീവിതത്തിലേക്കു തിരിച്ചുവരില്ല. കഴിഞ്ഞ ഏഴോ എട്ടോ മാസമായി അവൾ മറ്റൊരാളുടെ ഭാര്യയായി ജീവിക്കുകയാണ്. മന സ്സർപ്പിച്ചുപോയ ഒരു ബന്ധത്തിൽനിന്നു പുറത്തു കടക്കാൻ ഹരി യേട്ടന് അവളോടൊന്നു സംസാരിക്കണം. സംഭവിച്ചത് എന്താ ണെന്ന് അറിയണം. അത്രയേ വേണ്ടൂ. ഇങ്ങനെയൊരു സാഹചര്യ ത്തിൽ ഹരിതയെക്കുറിച്ച് അച്ഛനോടോ അമ്മയോടോ തുറന്നു സംസാരിക്കേണ്ട കാര്യമില്ല കാര്യങ്ങൾ പരമാവധി ഗോപ്യമാക്കി വയ്ക്കുക."

ദേവയാനി ചായയുമായി വന്നപ്പോൾ ലളിതശ്രീ ശാസിച്ചു.

"ഒരു ചായ ചോദിച്ചിട്ട് നേരമെത്രയായി ദേവൂ?"

"എനിക്കു രണ്ടു കൈയല്ലേയുള്ളൂ കൊച്ചമ്മാ." നിഷേധസ്വര ത്തിൽ പറഞ്ഞിട്ടു ദേവയാനി തിരിഞ്ഞുപോയി.

തനൂജ അവരെ പിന്നിൽ നിന്നു വിളിച്ചു. ദേവയാനി തിരിഞ്ഞു നോക്കി.

"എന്താ മോളേ?"

"എല്ലാ സ്ത്രീകൾക്കും രണ്ടു കൈയേയുള്ളൂ. അതു വൈകല്യ മൊന്നുമല്ല. കപ്പു കഴുകാനും പാലു തിളപ്പിക്കാനും ചായപ്പൊടി ഇടാനുമൊക്കെ വേറെ വേറെ കൈ പിടിപ്പിച്ചു തരാനൊന്നും ഇവി ടാർക്കും സൗകര്യപ്പെടില്ല. നല്ല മനസ്സുണ്ടെങ്കിൽ ജോലിക്കു വന്നാൽ മതി."

അതോടെ ദേവയാനി അയഞ്ഞു.

"അയ്യോ കുഞ്ഞേ, അതിനു ഞാനൊന്നും പറഞ്ഞില്ലല്ലോ."

"പറഞ്ഞു. ലളിതാമ്മയോട് നിഷേധമാ നിങ്ങൾ പറഞ്ഞത്. അമ്മ യൊരു പാവമാണെന്നു കരുതി തലയിൽ കയറി നിരങ്ങാന്നു വിചാ രിക്കരുത്. പൊയ്ക്കോ."

ദേവയാനി അടുക്കളയിലേക്കു വലിഞ്ഞു.

"എന്തിനാ മോളെ വെറുതെ. ഇത്തിരി താമസമുണ്ടെന്നേയുള്ളൂ. വൃത്തീം വെടിപ്പുമായിട്ട് എല്ലാം ചെയ്യും അവൾ." ലളിതശ്രീ തനൂജയോടു പറഞ്ഞു.

"ആയിക്കോട്ടെ. പരാതിയില്ല. പക്ഷേ, അമ്മയെ ബഹുമാനമില്ലാതെ സംസാരിക്കുന്നത് എനിക്ക് ഇഷ്ടമല്ല."

അവൾ കഴിച്ചു തീർത്തിട്ട് എഴുന്നേറ്റുപോയി.

മുറിയിലെത്തി മൊബൈലിൽ നോക്കിയപ്പോൾ തനൂജ സത്യജിത്തിന്റെ മിസ്ഡ് കോൾ വന്നതായി കണ്ടു. കഴിഞ്ഞ ദിവസം രാത്രിയിലും കോൾ വന്നതായി തനൂജ ഓർത്തു.

അവൾ സത്യജിത്തിന്റെ നമ്പരിലേക്കു വിളിച്ചു.

"ഹലോ..." സത്യജിത്തിന്റെ കനമുള്ള ശബ്ദം.

"ഗുഡ്മോണിങ് മിസ്റ്റർ ഇൻസ്പെക്ടർ. ഞാനൊരു പരാതി പറയാൻ വിളിച്ചതാണ്."

ഒരു നിമിഷം മറുവശത്ത് അമ്പരപ്പിന്റെ നിശ്ശബ്ദത വ്യാപിക്കുന്നതു തനൂജ അറിഞ്ഞു. ശേഷം സത്യജിത്തിന്റെ കുസൃതി നിറഞ്ഞ സ്വരമെത്തി.

"പറയൂ മാഡം. എന്താണു പരാതി?"

"ഈ നമ്പറിൽനിന്ന് ഇന്നലെ രാത്രിയും ഇന്നു രാവിലെയുമായി മിസ്ഡ് കോളുകൾ എന്റെ ഫോണിലേക്കു വരികയാണ്. എന്നെയത് വല്ലാതെ ശല്യപ്പെടുത്തുന്നു. എനിക്കുവേണ്ടി എന്തെങ്കിലും നിയമസഹായം ചെയ്യാൻ കഴിയുമോ ഇൻസ്പെക്ടർ?"

തനൂജ ഗൗരവം ഭാവിച്ചു ചോദിച്ചുവെങ്കിലും ഒടുവിലായപ്പോൾ അവൾക്കു ചിരി പൊട്ടി. വല്ലവിധേനയും തനൂജ അതടക്കി.

"തീർച്ചയായും. ഞാൻ നിങ്ങളെ സഹായിക്കാം മാഡം. മിസ്ഡ് കോളുകൾ നിങ്ങളെ ശല്യപ്പെടുത്തി എന്നല്ലേ പറഞ്ഞത്. ഇനി മുതൽ ഈ നമ്പറിൽനിന്നു കോൾ വരുമ്പോഴേ എടുത്തു സംസാരിച്ചേക്കുക. എങ്കിൽ പിന്നെ മിസ്ഡ് കോൾ ഒരിക്കലും നിങ്ങളെ ശല്യപ്പെടുത്തില്ല."

ഒരു കസ്റ്റമർ കെയർ എക്സിക്യൂട്ടീവിന്റെ ടോണിലുള്ള സത്യജിത്തിന്റെ സംസാരം തനുജയെ ചിരിപ്പിച്ചുകളഞ്ഞു. മറുവശത്തുനിന്നു സത്യജിത്തിന്റെ അടക്കിപ്പിടിച്ച ചിരിയൊച്ചയും തനൂജ കേട്ടു.

"എങ്ങനെ സംഘടിപ്പിച്ചു എന്റെ നമ്പർ?" അവൾ സത്യജിത്തിനോടു ചോദിച്ചു.

"ത്രൂ ദ് പ്രോപ്പർ ചാനൽ. മിസ്റ്റർ ചന്ദ്രകുമാറിനോടു മേടിച്ചു."

"ആഹാ... എന്നിട്ട് അച്ഛൻ എന്നോടീ വിവരം പറഞ്ഞില്ലല്ലോ."

"എന്തായാലും ഒരു തീരുമാനമായില്ലേ. ഇനീപ്പോ കാര്യങ്ങളൊക്കെ നമ്മൾ നേരിട്ടായിക്കോട്ടേന്ന് അച്ഛൻ വിചാരിച്ചുകാണും."

"നമ്മൾ തമ്മിൽ കണ്ടാൽ മതിയോ? സത്യയുടെ വീട്ടുകാർക്ക് എന്നെ ബോധിക്കണ്ടേ?" തനൂജ ചോദിച്ചു.

"അതൊക്കെ എപ്പഴേ ബോധിച്ചു. അമ്മയെ ഞാൻ ഫോട്ടോ കാണിച്ചു. ഇഷ്ടമായീന്നു പറഞ്ഞു. അതു പറയാനാ സത്യത്തിൽ ഞാൻ ഇന്നലെ വിളിച്ചത്. തിരക്കായിരുന്നോ?"

"ഉവ്വ് ഒഴിവാക്കാനാവാത്ത ചില തിരക്കുകൾ."

"രാത്രിയിലോ? അസമയത്തെ തിരക്കുകൾ ഞങ്ങൾ പൊലീസുകാർ സംശയദൃഷ്ടിയോടെയേ നോക്കിക്കാണാറുള്ളൂ."

"സ്ട്രിക്ട്ലി ഫാമിലി ഇഷ്യൂ. നേരിട്ടു കാണുമ്പോൾ ഞാൻ തുറന്നു പറയാം. സത്യ ഒരു പൊലീസുകാരനല്ലേ. എനിക്കു ഗുണം ചെയ്താലോ."

"വിത് മൈ പ്ലഷർ. പക്ഷേ, എന്നാ ഇനി ഒന്നു കാണാൻ പറ്റുക. എനിക്കു മാത്രം കണ്ടാൽ പോരാ. എന്റെ വീട്ടുകാർക്കും കാണണം."

"വീട്ടുകാരുടെ മീറ്റിങ് ഇരുകൂട്ടരും നിശ്ചയിച്ചു വേണ്ടതുപോലെ നടത്തട്ടെ. ആദ്യം നമുക്കു കാണാം. ഇന്നു ഫ്രീയാണോ?" തനൂജ ചോദിച്ചു.

"വേണമെങ്കിൽ ഫ്രീയാവാം." സത്യജിത്ത് ഉദാരവാനായി.

"എങ്കിൽ പിന്നെ സുഭാഷ് പാർക്കിൽ വാ. ഒരുകാര്യം കഴിഞ്ഞ തവണത്തെപ്പോലെ യൂണിഫോമിൽ വന്നു സല്യൂട്ടടിച്ചേക്കരുത്." തനൂജ കളിയാക്കി പറഞ്ഞു.

സത്യജിത് ചിരിച്ചു.

"നെവർ. ഇന്ന് ഉച്ചകഴിഞ്ഞു ഞാൻ ലീവെടുത്തേക്കാം. പോരേ?"

"ഡൺ." തനൂജ കോൾ മുറിച്ചു.

അവൾക്ക് ഒരു ഉത്സാഹമനുഭവപ്പെട്ടു.

"ഹരിതാ, ജാഗ്രതൈ. ഞാൻ വരുന്നുണ്ട് നിന്റെ പിന്നാലെ."

ഇതുവരെ നേരിൽ കണ്ടിട്ടില്ലാത്ത, ഹരിശാന്തിന്റെ വാക്കുകളിലൂടെ മാത്രം മനസ്സിൽ വിരചിതമായ ഹരിതയുടെ രൂപത്തോടു തനുജ മന്ത്രിച്ചു.

* * *

കായലിൽനിന്നു തണുത്ത കാറ്റ് വീശി. സത്യജിത് ആലോചനയോടെ ചാരുബെഞ്ചിൽ ഇരുന്നു.

പുൽത്തകിടിയിലൂടെ ചായക്കപ്പുകളുമായി തനൂജ വരുന്നുണ്ടായിരുന്നു. കുട്ടികളുടെ ഒരു സംഘം അവർക്കിടയിലൂടെ പാർക്കിന്റെ ഒരു വശത്തേക്ക് ഓടിപ്പോയി. തനൂജ അടുത്തെത്തിയപ്പോൾ സത്യജിത് കപ്പ് വാങ്ങി.

"ബോറടിച്ചോ?" തനുജ ചോദിച്ചു.

"ഏയ്... ചായ കുടിക്കണമെന്നു തനിക്കല്ലായിരുന്നോ നിർബന്ധം. ഞാനിവിടെ ഇരുന്നു പലതും ആലോചിച്ചു."

"ഹരിയേട്ടനെക്കുറിച്ചാണോ?" തനൂജ ആകാംക്ഷയോടെ തിരക്കി.

സത്യജിത് ഒരു കവിൾ ചായ കുടിച്ചിട്ടു പറഞ്ഞു. "അല്ല. ഹരിതയെക്കുറിച്ച്. തന്റേട്ടനെക്കാൾ എനിക്കു താൽപര്യം തോന്നിയത് ആ കഥാപാത്രമാ. വെരി സ്ട്രേഞ്ച്."

തനൂജയ്ക്ക് അതിലല്പം നിരാശ തോന്നി. ഹരിശാന്ത് കബളിപ്പിക്കപ്പെട്ടു എന്നു കേൾക്കുമ്പോൾ ഒരു പുരുഷൻ എന്ന നിലയ്ക്കു സത്യജിത് സഹാനുഭൂതിയോടെ ഹരിക്കൊപ്പം നിൽക്കുമെന്നായിരുന്നു അവളുടെ പ്രതീക്ഷ.

"എന്തുപറ്റി, തനിക്കു ദേഷ്യമായോ?" സത്യജിത് തനൂജയോടു തിരക്കി

"എന്തിന്?"

"അല്ല, ഹരിയേട്ടന്റെ കഥ എന്നോടു പറയുമ്പോൾ തീർച്ചയായും ഞാൻ ഹരിശാന്ത് എന്ന കഥാപാത്രത്തോടു കൂടുതൽ താൽപര്യം കാണിക്കണം എന്നായിരിക്കുമല്ലോ താൻ ആഗ്രഹിച്ചിരിക്കുക. പക്ഷേ, ഹരിക്ക് പറ്റിയത് ഒരു സാധാരണ അബദ്ധമല്ലേ. ഒരാളെ സ്നേഹിക്കുകയും വിശ്വസിക്കുകയും ചെയ്യുന്നതിനു മുമ്പ് അയാൾ അത് അർഹിക്കുന്നുണ്ടോ എന്നു നമ്മൾ ഉറപ്പു വരുത്തിയിരിക്കണം. അല്ലാത്തപക്ഷം കബളിപ്പിക്കപ്പെടാം." സത്യജിത് വ്യക്തമാക്കി.

തനൂജയുടെ മുഖം ചുവന്നു.

"സ്നേഹിക്കുകയും വിശ്വസിക്കുകയും ചെയ്യുന്നതു തെറ്റല്ല സത്യാ. ചതിച്ചവരുടെ ക്യാരക്ടറിനെ ഇന്ററസ്റ്റിങ്ങായി കരുതുന്നവർക്ക് ഞാൻ പറയുന്നതു മനസ്സിലാകുമോ എന്നറിയില്ല."

"അതിലൊരു കുത്തുണ്ടല്ലോ തനൂജ. എന്നെ താഴ്ത്തിക്കെട്ടാൻ ഒരു ശ്രമം." സത്യജിത് മുഖം ചുളിച്ചു.

"മനപ്പൂർവം താഴ്ത്തിക്കെട്ടിയതൊന്നുമല്ല. ആ പെണ്ണിന്റെ ക്യാരക്ടർ മോസ്റ്റ് ഇന്ററസ്റ്റിങ് എന്നു പറഞ്ഞപ്പോഴെ സത്യയുടെ വില താണു പോയി."

സത്യജിത്തിന്റെ മുഖത്ത് ഒരു പുഞ്ചിരി വിടർന്നു.

"താനെത്ര പറഞ്ഞാലും എനിക്കു ദഹിക്കാത്ത ഒരു പോയിന്റുണ്ട്. ഒരു പെൺകുട്ടി ഇങ്ങനെയൊരു ചതി കാണിക്കുമോ? ഹരി പറയുന്നതുവച്ച് അവൾ അയാളുടെ കുഞ്ഞിനെയല്ലേ ഗർഭം ധരിച്ചിരിക്കുന്നത്. പിന്നെങ്ങനെ മറ്റൊരു പുരുഷനൊപ്പം ഒളിച്ചോടാൻ സാധിക്കും. അൺബിലീവബ്ൾ."

തനൂജ കുടിച്ചുതീർത്ത കപ്പ് ബിന്നിലേക്കിട്ടു.

"സത്യ ഒരു പൊലീസുകാരനല്ലേ. ഇത്തരം എത്രയോ കേസുകൾ കണ്ടും കേട്ടും വായിച്ചും അറിഞ്ഞിരിക്കുന്നു. ഭർത്താവിനെയും മക്കളെയും ഉപേക്ഷിച്ച് എത്രയോ സ്ത്രീകൾ കാമുകന്മാർക്കൊപ്പം ഓടിപ്പോകുന്നു. കാമുകന്റെ ഗർഭവും ചുമന്നുകൊണ്ടു മറ്റൊരു പുരുഷന്റെ താലി കഴുത്തിൽ അണിയുന്നവൾ. അങ്ങനെ എത്രയെത്ര വകഭേദങ്ങളുണ്ട് ചതിക്ക്. സ്ത്രീകൾ എല്ലാവരും പുണ്യജന്മങ്ങളാണെന്ന അഭിപ്രായം സത്യയ്ക്കുണ്ടോ?"

അവൾ ചോദിച്ചപ്പോൾ സത്യജിത് പുഞ്ചിരിച്ചു.

"ഒരിക്കലുമില്ല. പക്ഷേ, ഒരു തെറ്റു ചെയ്യണമെങ്കിൽ അതിനുതക്ക ഒരു മോട്ടീവ് വേണം. ഹരിത കുറ്റക്കാരിയാകണമെങ്കിൽ അവൾക്കു കാരണങ്ങളുണ്ടാവും. അതെന്താണെന്നു കണ്ടുപിടിച്ചിട്ടു പോരേ അവളെക്കുറിച്ചു വിധിയെഴുതുന്നത്?"

തനുജയ്ക്ക് അവന്റെ വാക്കുകൾ കേട്ടപ്പോൾ മനസ്സു കലുഷിതമായി. ഇത്രയും നേരം ഹരിയേട്ടൻ പറഞ്ഞ കഥകൾ വച്ച്, ഹരിയേട്ടന്റെ പക്ഷത്തുനിന്നു മാത്രമാണ് ചിന്തിച്ചത്. ഇതിനൊരു മറുപക്ഷം കൂടി ഉണ്ടാകാമല്ലോ.

"സത്യയുടെ ഒരു നിഗമനം എന്താണ്? എന്തുകൊണ്ടാവാം ഹരിത അങ്ങനെ ചെയ്തത്?"

തനൂജ ചോദിച്ചപ്പോൾ സത്യജിത്തിന്റെ മുഖത്ത് ആലോചനയായി.

"വാ. നമുക്കൊന്നു നടക്കാം." അവൻ ക്ഷണിച്ചു.

തനുജയും സത്യജിത്തും പുൽത്തകിടിയുടെ മീതെ കൂടി നടന്നു. കായൽക്കാറ്റിന് അഭിമുഖമായാണ് നടപ്പ്. തനൂജയുടെ സിൽക്ക് നാരുകൾ പോലെയുള്ള മുടിയിഴകളെ കാറ്റു വന്നിളക്കിക്കൊണ്ടിരുന്നു.

"ഹരിയേട്ടനെ വിട്ടു ഹരിത പോകാനുള്ള സാധ്യതയിൽ ഒന്നാമത്തേത്. അവൾ ഒരു തികുഞ്ഞ ഫ്രോഡാണെന്നുള്ളതുതന്നെയാണ്." സത്യജിത് പറഞ്ഞു.

തനൂജയുടെ മുഖത്തു തന്റെ നിഗമനം ശരിയാണല്ലോ എന്ന ഭാവം പരന്നു.

“ഒന്നിലധികം പുരുഷന്മാരെ ഒരേ സമയം സ്നേഹിക്കുകയും അനുയോജ്യമായ സാഹചര്യങ്ങളിൽ അവരുമായി കിടക്ക പങ്കിടുകയും ഒടുവിൽ ഏറ്റവും യോജ്യനായ ഒരാളെ ഭർത്താവായി സ്വീകരിക്കുകയും ചെയ്യുന്ന ചില സ്ത്രീകളുണ്ട്. ആ ഗണത്തിലാവാം ഈ പെൺകുട്ടി.” സത്യജിത് വിശദീകരിച്ചു.

“ഞാനുമതു തന്നെയാണ് പറഞ്ഞത്.” തനൂജ നിലപാട് വെളിപ്പെടുത്തി.

“പക്ഷേ, ഹരിതയുടെ കാര്യത്തിൽ ഒരു ലൂപ്ഹോളുണ്ട്. അവൾ തിരഞ്ഞെടുത്ത ഓട്ടോക്കാരൻ പയ്യനേക്കാൾ മികച്ച ഓപ്ഷൻ ഹരിയേട്ടൻ തന്നെയല്ലാരുന്നോ, വെൽ എജ്യുക്കേറ്റഡ്, ഫിനാൻഷ്യലി സ്റ്റേബിൾ. കാണാനും അത്ര മോശമാവില്ലല്ലോ. തന്റെ ബ്രദറല്ലേ?”

സത്യജിത് പറഞ്ഞപ്പോൾ അതു ശരിയാണെന്നു തനൂജ ഓർത്തു.

“എങ്കിൽ പിന്നെ മറ്റെന്തു കാരണംകൊണ്ടാവാം അവൾ പോയത്?” തനൂജ ഔത്സുക്യത്തോടെ തിരക്കി.

“വെറും നിഗമനങ്ങളാണേ. എല്ലാ വശവും ചിന്തിക്കണോല്ലോ.” സത്യജിത് ജാമ്യമെടുത്തു.

“പറഞ്ഞോ. കേൾക്കുന്നതിനു പണംമുടക്കൊന്നുമില്ലല്ലോ.” തനൂജ പ്രോത്സാഹിപ്പിച്ചു.

“ഫിറോസ് അവളെ ഒരു കുരുക്കിൽപെടുത്തിയിരിക്കാം ആ കുരുക്ക് അവൻ സൃഷ്ടിച്ചെടുത്തത് അവർ തമ്മിലുള്ള അടുപ്പത്തിൽ നിന്നാവാം. അല്ലെങ്കിൽ അവൾപോലുമറിയാതെ പകർത്തിയ ഫോട്ടോസോ വീഡിയോസോ അങ്ങനെ എന്തെങ്കിലുമാകാം. എന്തായാലും അവളുടെ ജീവിതം തീർന്നുപോയേക്കാമെന്ന തോന്നലിൽ ഹരിത അവന്റെ കൂടെ പോകാൻ തീരുമാനിച്ചതാവാം.” സത്യജിത് പറഞ്ഞു.

“ഹരിയേട്ടന്റെ കുഞ്ഞാണ് അവളുടെ ഉള്ളിൽ വളരുന്നതെങ്കിൽ, പിന്നെ അവൾക്കു ഫിറോസിനൊപ്പം ഇറങ്ങിപ്പോകാൻ കഴിയുമോ? അവൾ നല്ലൊരു പെൺകുട്ടിയാണെങ്കിൽ എന്നു സങ്കൽപിച്ചാ ഞാൻ ചോദിക്കുന്നത്.” തനൂജ പറഞ്ഞു.

സത്യജിത് താടിയൊന്നു തടവി. “ഇപ്പോൾ ആറോ ഏഴോ മാസം കഴിഞ്ഞില്ലേ? ഇതിനിടയിൽ ഒരിക്കൽപോലും ഹരിയേട്ടനുമായി അവൾ കോൺടാക്ട് ചെയ്തില്ലേ?”

“നോ... നെവർ.”

സത്യജിത് ആലോചനയോടെ നടന്നു.

"ഒരു കാര്യം ക്ലിയറായി പറയാം. ഹരിതയെ കണ്ടുപിടിച്ചാൽ മാത്രമേ ഈ സമസ്യയ്ക്ക് ഒരു ഉത്തരം കണ്ടുപിടിക്കാൻ പറ്റൂ. പക്ഷേ, അവളൊരിക്കലും നിങ്ങളുടെ മുൻപിൽ വെളിപ്പെടാൻ തയ്യാറാവില്ലല്ലോ." സത്യജിത് ചോദിച്ചു.

"ദോണിക്കൂപ്പയിലെങ്ങോ ആണ് ഫിറോസും ഹരിതയും താമസിക്കുന്നത്. അഡ്രസ്സ് ശിവൻകുട്ടിയങ്കിളിനോടു ചോദിക്കേണ്ടി വരും." തനൂജ പറഞ്ഞു.

"ശിവൻകുട്ടിയങ്കിളുമായി തനിക്കു പരിചയമുണ്ടോ?"

"ഉണ്ട്. വർഷങ്ങളായി അച്ഛന്റെ മാനേജരായി നിൽക്കുന്ന ആളാ അങ്കിൾ."

"അപ്പോ ഹരിതയെയും താൻ കണ്ടിട്ടുണ്ടാവും അല്ലേ?" സത്യജിത് ചോദിച്ചു.

"ഇല്ല. അങ്കിളാദ്യം ജോലിക്ക് വന്നത് വാഗമണ്ണിലെ തോട്ടത്തിലാ. പിന്നെ മാനന്തവാടിൽ അച്ഛൻ തോട്ടമെടുത്തപ്പോൾ അങ്ങോട്ടു മാറി. പിന്നെയും വർഷങ്ങൾ കഴിഞ്ഞാ മക്കളെ മാനന്തവാടിയിലേക്കു കൊണ്ടുവന്നത്."

"ഹരിതേടെ അമ്മയോ?"

"മരിച്ചുപോയീന്നാ അറിവ്. സത്യം പറഞ്ഞാൽ കൂടുതലൊന്നും അറിയില്ല. ഞങ്ങളുടെ വീട്ടിലെ ഒരംഗത്തെപ്പോലെയാ അങ്കിളെങ്കിലും മറ്റു കാര്യങ്ങളൊന്നും അറിയില്ല."

"ഒരു കാര്യം ചെയ്യ്. അങ്കിളിനോടു ഹരിതേടെ അഡ്രസ് ഒന്നു വാങ്ങിവയ്ക്കാൻ തനൂജ ഹരിയേട്ടനോടു പറയൂ. നമുക്ക് ഒന്ന് അന്വേഷിച്ചു നോക്കാം."

തനൂജ സമ്മതിച്ചു. സന്ധ്യയായതോടെ ഇരുവരും തിരിച്ചു പോകാൻ ഒരുങ്ങി

"എന്തായാലും ആദ്യത്തെ മീറ്റിങ്ങിന് യൂണിഫോമിൽ വന്നു സത്യ കുളമാക്കി. ഇപ്പോ ഇത് ഏട്ടന്റെ കാര്യം പറഞ്ഞു ഞാനും നശിപ്പിച്ചു. സോറി കേട്ടോ." തനൂജ സത്യജിത്തിനോടു പറഞ്ഞു.

"സാരമില്ല. സംസാരിച്ചതു മറ്റു പലരെയും കുറിച്ചായതുകൊണ്ടു ഫ്രീയായി നിൽക്കാൻ പറ്റി. ഈ അടുപ്പം നല്ലതാ. ഒന്നുമല്ലെങ്കിലും നമ്മൾ നല്ല ഫ്രണ്ട്സാണെന്നു മനസ്സിലാക്കാൻ പറ്റിയില്ലേ?" സത്യജിത് സന്തോഷത്തോടെ പറഞ്ഞു.

സത്യജിത് തന്റെ ബുള്ളറ്റിലും തനുജ കാറിലും വീടുകളിലേക്ക്

മടങ്ങി. അന്നു രാത്രി തനൂജ ആവശ്യപ്പെട്ടതു പ്രകാരം ഹരിശാന്ത് ശിവൻകുട്ടിയെ വിളിച്ചു ഹരിതയുടെ വിലാസം തിരക്കി.

“മോനെന്തിനാ ആ നശിച്ചവളുടെ വിലാസം?” ശിവൻകുട്ടി ആശ്ചര്യത്തോടെ ചോദിച്ചു.

“എനിക്കല്ല. തനൂജയ്ക്കാ. ശിവൻകുട്ടിയങ്കിളിന്റെ മോളെ അവളിതുവരെ കണ്ടിട്ടില്ലല്ലോ. ഞങ്ങൾ കൂർഗിന് ഒരു ട്രിപ് പോകുവാ. അപ്പോൾ ഹരിതയെയും കാണാമെന്നു കരുതി.” തനൂജ പറഞ്ഞു പഠിപ്പിച്ച കള്ളം ഹരിശാന്ത് അതേപടി തട്ടിവിട്ടു.

“എന്റെ കൈയിൽ ഇല്ല മോനേ. അവളുമായി ഈ ജന്മം എനിക്കിനിയൊരു അടുപ്പമുണ്ടാകില്ല. പിന്നെന്തിനാ വിലാസം വാങ്ങുന്നത്. മോളോടും പറ ഹരിതയെ അന്വേഷിക്കേണ്ടെന്ന്. പുകഞ്ഞ കൊള്ളി പുറത്ത്. അത്രതന്നെ.” ശിവൻകുട്ടി കോൾ വച്ചു.

വിവരമറിഞ്ഞപ്പോൾ ഹരിത നിരാശയായി. സത്യജിത്തിനോട് അവൾ ഹരിതയുടെ വിലാസം കിട്ടാൻ വഴിയില്ല എന്നു ഫോൺ വിളിച്ചു പറഞ്ഞു.

“അങ്ങനെയങ്ങു തോറ്റു പിന്മാറല്ലേ. ആ ഫിറോസിന്റെ വിലാസം കിട്ടിയാൽ പോരെ. ഹരിത അവന്റെ കൂടെയല്ലേ താമസം?” സത്യജിത് പ്രതിവിധി പറഞ്ഞു.

“സ്വന്തം മോൾടെ വിലാസം കൈയിലില്ലെന്നു പറഞ്ഞ അങ്കിളെങ്ങനെയാ വെറുക്കപ്പെട്ട മരുമകന്റെ വിലാസം തരുന്നത്?” തനൂജ ചോദിച്ചു.

“ശിവൻകുട്ടി എന്നൊരാളു മാത്രമേ മാനന്തവാടീൽ ജീവിച്ചിരിപ്പുള്ളോ. സെർച് സം അദർ വേ. ആ ഫിറോസിന്റെ ബന്ധുക്കാരോടു ചോദിച്ചാൽ പോരെ. അവർക്ക് അറിയാതിരിക്കുമോ?” സത്യജിത് ചോദിച്ചു.

ആ വഴിക്ക് ഒരു അന്വേഷണം നടത്താമെന്നു തനൂജ ഹരിശാന്തിനോടു പറഞ്ഞു.

“ഫിറോസിന് ഒരു ഉമ്മയും സഹോദരിയുമുള്ളതായി ഹരിശാന്ത് തിരക്കി അറിഞ്ഞിട്ടുണ്ട്. സഹോദരിയെ വിവാഹം കഴിപ്പിച്ച് അയച്ചേക്കുകയാണ്. അവരെ കോൺടാക്ട് ചെയ്യണമെങ്കിൽ നേരിട്ടു ചെന്നു കാണുകയേ വഴിയുള്ളൂ.”

“നമുക്കു പോകാമേട്ടാ. എന്തായാലും ഏട്ടനും അനിയത്തിയും മാത്രമായി നമുക്കിനി അധികനാളു ജീവിക്കാൻ പറ്റില്ല. കല്യാണവും കുടുംബവും ഉത്തരവാദിത്തങ്ങളും വന്നു കയറാൻ പോകുവല്ലേ. ബാച്ച്ലർ ലൈഫിലെ അവസാന ട്രിപ് ഇതായിക്കോട്ടെ.”

ഹരിശാന്തിന് അത് സമ്മതമായിരുന്നു. രണ്ടു ദിവസത്തിനുശേഷ മാണ് ജ്യേഷ്ഠനും അനുജത്തിയുംകൂടി വയനാടിനു പുറപ്പെട്ടത്. എസ്റ്റേറ്റ് ബംഗ്ലാവിൽ കയറാതെതന്നെ അവർ ഫിറോസിന്റെ വീട്ടി ലേക്കു പുറപ്പെട്ടു. ഹരിശാന്തിനു കഠിനമായ മനഃസ്തോഭം അനു ഭവപ്പെടുന്നുണ്ടായിരുന്നു. ഹരിതയുമൊന്നിച്ചു സഞ്ചരിച്ച വഴികൾ... ഇടപഴകിയ സ്ഥലങ്ങൾ... ഇപ്പോൾ അവളുടെയും ഭർത്താവിന്റെയും ലാവണമെവിടെ എന്നു തിരക്കിയാണു യാത്ര. ജീവിതം അത്യന്തം വിചിത്രം തന്നെ.

ഹരിതയുടെ വീടിന്റെ മുറ്റത്തു നിന്നു കുറെ മാസങ്ങൾക്കു മുമ്പു ശിവൻകുട്ടി ചൂണ്ടിക്കാണിച്ച ഒരു ഓടിട്ട വീടായിരുന്നു ഹരി ശാന്തിന്റെ ഓർമ്മയിൽ ഉണ്ടായിരുന്നത്. അവിടെ ചെന്നപ്പോൾ ഹരി ശാന്തിന് അമ്പരപ്പായി. പഴകിപ്പൊളിഞ്ഞ വീടിനു പകരം സാമാന്യം കൊള്ളാവുന്ന ഒരു കോൺക്രീറ്റ് കെട്ടിടം പണി തീർന്നിട്ട് അധിക മായില്ല എന്ന് ഒറ്റനോട്ടത്തിൽ മനസ്സിലാകും.

ഫിറോസിന്റെ കുടുംബം താമസം മാറിപ്പോയോ എന്നു സംശ യിച്ചാണ് ഹരിശാന്തും തനൂജയുംകൂടി വീട്ടുമുറ്റത്തു കാർ നിർത്തി ഇറങ്ങിയത്. ബെല്ലടിച്ചപ്പോൾ ഒരു യുവതിയാണ് വന്നു വാതിൽ തുറന്നത്. ഫിറോസിന്റെ ഉമ്മയെ കാണണമെന്ന് ആവശ്യപ്പെട്ടപ്പോൾ യുവതി ഹരിശാന്തിനെയും തനൂജയെയും അകത്തേക്ക് കൊണ്ടു പോയി.

അകത്തെ മുറിയിൽ വൃത്തിയും വെടിപ്പുമുള്ള കിടക്കയിലിരുന്ന് ആസിയുമ്മ അവരോടു ഫിറോസിനെപ്പറ്റി സംസാരിച്ചു.

“ഫിറോസിന്റെ ചങ്ങാതി ആണെന്നു പറഞ്ഞതുകൊണ്ടാ ഞാനെല്ലാം തൊറന്നു പറയണത്. ചെറുപ്പംതൊട്ടേ അവനാ പെങ്കു ട്ടിയെ ഇഷ്ടാരുന്നു. പക്ഷേ, അവൾക്കങ്ങനെ വലിയ അടുപ്പമൊന്നു മില്ലാരുന്നു. എന്നെ വല്യ കാര്യമാരുന്നു. ഒരു ദിവസം ഞാനവ ളോടു ചോദിക്കേം ചെയ്തു. ന്റെ ഫിറോസിനെ നിനക്ക് നിക്കാഹ് കഴിച്ചൂടേ. ജാതീം മതോമൊക്കെ പ്രശ്നമാണോന്ന്. അവളു പറഞ്ഞ മറുപടി കേക്കണോ. ഫിറോസിക്ക എന്റെ സ്വന്തം ഇക്കയാ. ശ്രീജി ത്തേട്ടനെപ്പോലെയേ ഞാൻ ഇക്കായെ കണ്ടിട്ടുള്ളൂന്ന്.” ഹരിശാ ന്തിനും തനൂജയ്ക്കും അമ്പരപ്പായി

“പിന്നെപ്പഴാ ഹരിത ഫിറോസിനെ സ്നേഹിച്ചുതുടങ്ങീത്?” തനൂജ ചോദിച്ചു.

“പടച്ചോനറിയാം. എനിക്കൊരു സൂചനപോലും കിട്ടിയിട്ടില്ല. ഒരു ദിവസം വൈകിട്ടു ശ്രീജിത്തിനെ കാണാനാന്നു പറഞ്ഞു ഫിറോസ് പോയി. എട്ടൊമ്പതു മണി രാത്രിയായപ്പോ തിരികെ

വന്ന് എന്നോടു പറയുവാ, ഉമ്മാ ഞാൻ നാടുവിട്ടു പോകുവാ. പലരും പലതും പറയും. ഉമ്മ അതൊന്നും കേക്കാൻ നിൽക്കണ്ടാന്ന്. കുറച്ചു പണോം എന്റെ കൈയിൽ വച്ചു തന്നു. പിറ്റേന്നു നേരം വെളുത്തപ്പോഴാ അറിയുന്നത് അവൻ ഹരിതേംകൊണ്ട് ഒളിച്ചോടീന്ന്. സത്യം പറയാല്ലോ എനിക്കൊന്നും പിടികിട്ടില്ല." ആസിയുമ്മ തട്ടംകൊണ്ടു നെറ്റിയും മൂക്കും തുടച്ചു.

"ഇവിടെ പൊലീസു വന്നോ?" തനൂജ ചോദിച്ചു.

"ഇല്ല. അതിനാർക്കാ പരാതി? ശിവങ്കുട്ടി എന്നെ വന്നു കണ്ടു പറഞ്ഞു. നടന്നത് നടന്നു. അവരങ്ങനാണെങ്കിൽ പോയി ജീവിക്കട്ടേന്ന്. നാട്ടിൽ നിന്നാൽ ജാതീടേം മതത്തിന്റെമൊക്കെ പേരു പറഞ്ഞ് ആൾക്കാരു ലഹളയുണ്ടാക്കും. വേറെ നാടാണെങ്കിൽ കുഴപ്പമില്ലല്ലോന്ന്."

തനൂജയും ഹരിശാന്തും പരസ്പരം നോക്കി. ശിവൻകുട്ടി പറഞ്ഞ കഥ ഇതൊന്നുമായിരുന്നില്ലല്ലോ. ഒളിച്ചോടിപ്പോയ മകളെയും മരുമകനെയും അയാൾക്കു വെറുപ്പായിരുന്നില്ലേ.

"ഫിറോസും ഹരിതയും ഇവിടെ വന്നിട്ടുണ്ടോ?"

"ഹരിത വന്നില്ല. ഫിറോസ് രണ്ടാഴ്ച കഴിഞ്ഞ് ഒരു രാത്രിയിൽ ഇവിടെ വന്നു. എന്നെ കെട്ടിപ്പിടിച്ചു കുറെ കരഞ്ഞു. സാരമില്ലെന്നു പറഞ്ഞു ഞാൻ ആശ്വസിപ്പിച്ചു. അന്നും കുറെ പണം തന്നു. ശിവൻകുട്ടിയുടെ അക്കൗണ്ടിലേക്കു പണമിട്ടേക്കാം. വീടു പണിയണമെന്നൊക്കെ പറഞ്ഞു. എവിടുന്നാ മോനേ പണമെന്നു ഞാൻ ചോദിച്ചു. ഏതോ വലിയ കമ്പനിയുടെ മുതലാളീടെ വണ്ടി ഓടിക്കുവാ. ഒരുപാടു പൈസ കിട്ടുമെന്നൊക്കെ പറഞ്ഞു. എല്ലാം ശിവൻകുട്ടി നോക്കീം കണ്ടും ചെയ്തോളുമെന്നാ അവൻ പറഞ്ഞത്. പിറ്റേന്നു വെളുപ്പിനെ പോവുകേം ചെയ്തു."

"എങ്ങനെയാ ഉമ്മയീ വീടു പണിതത്?" തനൂജ ചോദിച്ചു.

"ഞാനൊന്നും ചെയ്തില്ല മോളെ. എല്ലാം മുന്നിൽനിന്നു ചെയ്തതു ശിവങ്കുട്ട്യാ. വീടുപണി നടക്കണ സമയം ഞാൻ മകളുടെ കൂടെ പോയി നിന്നു. പണി കഴിഞ്ഞു ശിവങ്കുട്ടി അവിടെ വന്ന് എന്നെ കൂട്ടിക്കൊണ്ടു പോന്നു. അന്നു രാത്രി ഫിറോസ് വന്നു. എനിക്കു സന്തോഷമായോന്നൊക്കെ ചോദിച്ചു. ഞാൻ പറഞ്ഞു അവനോടും ഹരിതയോടും കൂടെ ഇവിടെ വന്നു താമസിക്കാൻ. അതു നടക്കില്ലാന്ന് അവൻ തീർത്തു പറഞ്ഞു. എനിക്കു സഹായത്തിന് ഒരാളെ ഏർപ്പാടാക്കാന്നു പറഞ്ഞു. ആ പെങ്കൊച്ചിനെ അങ്ങനെ നിർത്തിയതാ."

തനൂജയ്ക്കു മനസ്സിലെവിടെയോ അപായമണി മുഴക്കം കേട്ടു തുടങ്ങി. സങ്കല്പിച്ചതിനെക്കാൾ വലിയ എന്തോ ദുരൂഹത ഒളിഞ്ഞിരിപ്പുണ്ട്. ശിവൻകുട്ടി എന്തിനാണ് തന്റെ മകളെ തട്ടിക്കൊണ്ടുപോയ ഒരു യുവാവിന്റെ കുടുംബത്തിനുവേണ്ടി ഇത്രയൊക്കെ ചെയ്തു കൊടുത്തത്? ഇരുവിട്ടുകാർക്കും എതിർപ്പുകളില്ല എന്നു ബോധ്യമായിട്ടും ഫിറോസ് എന്തിനാണ് ഹരിതയെയും കൂട്ടി അന്യദേശത്തു പോയി താമസിക്കുന്നത്? ഹരിശാന്തിന്റെ മനസ്സിലും സംശയത്തിന്റെ ആയിരം തിരമാലക്കൈകൾ ഉയർന്നു പൊന്തുന്നുണ്ടായിരുന്നു.

"ഹരിതയെ എപ്പോഴെങ്കിലും ഉമ്മ കാണുകയോ സംസാരിക്കുകയോ ചെയ്തോ?" തനൂജ ചോദിച്ചു.

"ഇല്ല. ഫോണിൽക്കൂടിപോലും അവളെന്നോടു സംസാരിച്ചിട്ടില്ല. എന്നോടു മിണ്ടാൻ വല്യ മടിയാണെന്നാ ഫിറോസ് പറഞ്ഞത്." ആസിയുമ്മ വിഷാദത്തോടെ പറഞ്ഞു.

"അവർക്കു കുട്ടികൾ ആയോ ഉമ്മാ?" തനൂജ ചോദിച്ചു.

"ഇല്ലെന്നേ. അവൾക്കു പഠിക്കണംന്ന്. രണ്ടോ മൂന്നോ വർഷം കഴിഞ്ഞു കുട്ടികൾ മതിയെന്നാ ഹരിതേടെ തീരുമാനം." ആസിയുമ്മ കുറ്റപ്പെടുത്തലിന്റെ ധ്വനിയോടെ പറഞ്ഞു.

ആറ്

ആസിയുമ്മയുടെ സഹായത്തിനു നിൽക്കുന്ന യുവതി ട്രേയിൽ ചായക്കപ്പുകളുമായി വന്നു.

"ദേ, ഫിറോസിന്റെ ചെങ്ങാതിയാ. വയറു നെറച്ചു കഴിക്കാനെന്തെങ്കിലും കൊടുത്തേ വിടാനൊക്കൂ. നീയെന്തെങ്കിലും ഉണ്ടാക്കു പെണ്ണേ." ആസിയുമ്മ നിർദ്ദേശിച്ചു. ഹരിശാന്തും തനൂജയും പരസ്പരം നോക്കി.

"ഇന്നിപ്പോ ഒന്നും വേണ്ടുമ്മാ. ഞങ്ങള് ഫിറോസുള്ളപ്പോ വരാം."

തനുജ പറഞ്ഞ് ഒഴിവായി.

യുവതി ചായക്കപ്പുകൾ തനൂജയ്ക്കും ഹരിശാന്തിനും നൽകിയിട്ടു ട്രേയുമായി മടങ്ങിപ്പോയി.

"മോനെങ്ങനാ ഫിറോസിനെ പരിചയംന്നാ പറഞ്ഞത്?" ആസിയുമ്മ തിരക്കി.

"ഫിറോസിന്റെ വണ്ടി ഓട്ടം വിളിച്ചുള്ള പരിചയമാ..."

ഹരിശാന്ത് നുണ പറഞ്ഞു.

"ഉം... അവനെ പരിചയപ്പെട്ടാൽ ആരായാലും മറക്കില്ല. സ്നേഹമുള്ളവനാ. അവന്റെ ബാപ്പ പോയതിൽ പിന്നെ എന്തുമാത്രം കഷ്ടപ്പെട്ടാ ഞാൻ വളർത്തിയേന്ന് അറിയ്യോ? തല പൊങ്ങിയ കാലം മുതല് അവൻ പറയും ഉമ്മാക്കു കയറിക്കിടക്കാൻ നനയാത്ത ഒരു വീടു പണിതു തരൂന്ന്. പക്ഷേ, പണിതു കഴിഞ്ഞിട്ടിതുവരെ ഒരു രാത്രി സ്വസ്ഥമായി എന്റെ മോനിവിടെ കഴിഞ്ഞിട്ടില്ല."

പറയുന്നതിനിടയിൽ തന്നെ ആസിയുമ്മ കരയുകയും തട്ടമുയർത്തി കണ്ണു തുടയ്ക്കുകയും ചെയ്തു.

"ഉമ്മാ.. ഫിറോസിന്റെ നമ്പരൊന്നു തരുവോ?"

തനൂജ ചോദിച്ചു.

"തരാം. പക്ഷേ, വിളിച്ചാൽ കിട്ടണംന്നില്ല അവനെപ്പോഴും ഓട്ടത്തിലായിരിക്കും. വിളീം പറച്ചിലുമൊക്കെ കണക്കാ."

ആസിയുമ്മ തന്റെ പഴയ മോഡൽ മൊബൈലിൽ നോക്കി ഫിറോസിന്റെ നമ്പർ പറഞ്ഞു കൊടുത്തു.

തനൂജ അതു സേവ് ചെയ്തു. അവൾ ആസിയുമ്മയുടെ നമ്പരും വാങ്ങി.

"ഫിറോസ് അടുത്തെങ്ങാനും വിളിച്ചാരുന്നോ?"

"എന്നെ വിളിക്കാറില്ല. ശിവങ്കുട്ട്യേ വിളിക്കും. എല്ലാ മാസോം കാശും കൊടുത്തയയ്ക്കാറുണ്ട്." തനൂജയും ഹരിശാന്തും അവരോടു യാത്ര പറഞ്ഞു.

"സദാസമയോം ഈ മുറീൽത്തന്നെ ഇരിപ്പാ മോനെ ഞാൻ. ഷുഗറും പ്രഷറും സന്ധിവാതോം എല്ലാമുണ്ട്. ആരെങ്കിലും ഒന്നു വന്നാൽ വല്ലതും മിണ്ടീം പറഞ്ഞിരിക്കാൻ കൊതിയാ. വല്ലപ്പോഴും വരണേ..."

ആദ്യമായി കണ്ടവരായിട്ടും തങ്ങളോട് ആസിയുമ്മ ഇത്രയും വാചാലയായതിന്റെ കാരണം തനുജയ്ക്കും ഹരിശാന്തിനും മനസ്സിലായി. തിരികെ പോരുമ്പോൾ തനൂജയുടെയും ഹരിശാന്തിന്റെയും മനസ്സിൽ അനേകമനേകം സംശയങ്ങൾ പൊന്തി നിറഞ്ഞു കൊണ്ടിരുന്നു.

അന്നുവരെ ശിവൻകുട്ടിയങ്കിൾ പറഞ്ഞ ഓരോ കാര്യത്തിനും കടകവിരുദ്ധമായിരുന്നു ആസിയുമ്മയുടെ പ്രസ്താവനകൾ.

ആസിയുമ്മയെപ്പോലൊരു സ്ത്രീക്ക് കള്ളം പറയേണ്ട ആവശ്യമേയില്ല. അപ്പോൾ പിന്നെ ശിവൻകുട്ടിയങ്കിൾ കള്ളം പറഞ്ഞത് എന്തിനാണ്.

"നമ്മൾ എസ്റ്റേറ്റ് ബംഗ്ലാവിലാണോ ഇന്നു സ്റ്റേ ചെയ്യുന്നത്?"

തനൂജ ചോദിച്ചു.

"പിന്നല്ലാതെ... അത്രയും വലിയ വീടവിടെ ഉള്ളപ്പോൾ എന്തിനാ ഹോട്ടൽ റൂം തിരയുന്നത്?" ഹരിശാന്ത് മറുചോദ്യമിട്ടു.

"എനിക്കെന്തോ ഒരു ഉൾഭയം. ശിവൻകുട്ടിയങ്കിൾ കാണില്ലേ അവിടെ. ഇത്രയും കള്ളത്തരങ്ങൾ പറഞ്ഞ് മകളെയും മരുമകനെയും സംരക്ഷിക്കുന്നതിന് പിന്നിൽ കാര്യമായ എന്തോ ഒരു കള്ളത്തരമില്ലേ?"

"തീർച്ചയായും ഉണ്ട്. അത് അങ്കിളിനോടു നേരിട്ടുതന്നെ ചോദിക്കാം."

“വേണ്ട. വേണ്ട. ഒരാൾ മനഃപൂർവം കള്ളം പറഞ്ഞതാണെന്നു ബോധ്യമുണ്ടെങ്കിൽ പിന്നെ സത്യമറിഞ്ഞിട്ട് അയാളോടു സംസാരിക്കേണ്ട കാര്യമില്ലല്ലോ... വേറെയും നുണക്കഥകൾ കേൾക്കാമെന്നല്ലേയുള്ളൂ.”

“പിന്നെ നമ്മൾ എന്തു ചെയ്യും. എന്തായാലും ഇറങ്ങിപ്പുറപ്പെട്ടില്ലേ. ഇനിയവളെ കണ്ടു സംസാരിക്കാതെ പിന്നോട്ടില്ല.” ഹരിശാന്ത് ഉറച്ച സ്വരത്തിൽ പറഞ്ഞു.

തനൂജ ഫിറോസിന്റെ നമ്പറിലേക്കു വിളിച്ചു നോക്കി. നമ്പർ സ്വിച്ച്ഡോഫാണെന്ന അറിയിപ്പു കിട്ടി.

സത്യജിത്തുമായി നടന്ന കാര്യങ്ങൾ ഡിസ്കസ് ചെയ്യാം എന്നു തനൂജ തീരുമാനിച്ചു.

പൊലീസ് ബുദ്ധിയിൽ എന്തെങ്കിലും തെളിഞ്ഞു വരാതിരിക്കില്ല.

കാർ എസ്റ്റേറ്റ് ബംഗ്ലാവിൽ എത്തി.

ശിവൻകുട്ടി രണ്ടു കൂറ്റൻ നായ്ക്കളുമായി മുറ്റത്തുകൂടി വരുന്നുണ്ടായിരുന്നു. അയാളോടൊപ്പം രാമൻകുട്ടി എന്ന ജോലിക്കാരനുമുണ്ട്. ഹരിശാന്തും തനൂജയും കാറിൽനിന്നിറങ്ങിയപ്പോൾ നായ്ക്കൾ ഭയാനക ശബ്ദത്തിൽ കുരച്ചു ബഹളമുണ്ടാക്കി.

തനൂജയ്ക്കു നെഞ്ചിൽ നിന്നു നടുക്കത്തിന്റെ പ്രകമ്പന തരംഗങ്ങൾ ഉണരുന്നതുപോലെ തോന്നി. കാറിൽ നിന്നിറങ്ങിയവരെ കണ്ടപ്പോൾ ശിവൻകുട്ടി കൂറ്റൻ തുടലുകൾ രാമൻകുട്ടിയെ ഏൽപ്പിച്ചിട്ട് അവർക്കരികിലേക്കു വന്നു.

“ഇതു വല്യ അതിശയമായിപ്പോയല്ലോ. നിങ്ങളു രണ്ടു പേരും കൂടെ ഒരുമിച്ചിങ്ങോട്ടു വരുമെന്നു ഞാൻ പ്രതീക്ഷിച്ചേയില്ല കെട്ടോ.” ശിവൻകുട്ടി സന്തോഷത്തോടെ പറഞ്ഞു.

അയാളുടെ സംസാരത്തിലും പ്രകടനങ്ങളിലുമൊക്കെ ഒരു കൃത്രിമത്വമുണ്ടെന്ന് ആദ്യമായി ഹരിശാന്തിനു തോന്നി.

“തനു പണ്ടെന്നോ വന്നതല്ലേ? ഒന്നുകൂടി ഇവിടമൊക്കെ കാണണമെന്ന് ഒരാഗ്രഹം. അതാ വന്നത്.” ഹരിശാന്ത് ഉള്ളിലെ അതൃപ്തി മറച്ചുപിടിച്ചുകൊണ്ടു പറഞ്ഞു.

“ഇനീപ്പോ കല്യാണമൊക്കെ ആയില്ലേ... ഭർത്താവിനേം കൊണ്ടു വന്നാൽ മതിയാരുന്നല്ലോ.” ശിവൻകുട്ടി ചിരിയോടെ തനൂജയോടു ചോദിച്ചു.

“ആഹാ, അങ്കിൾ അപ്ഡേറ്റഡാണല്ലോ. ആരു പറഞ്ഞു എന്റെ വിവാഹക്കാര്യം.” തനൂജ ചോദിച്ചു.

"ചന്ദ്രൻ സാർ, സാറെന്നോടു പറയാത്ത എന്തെങ്കിലും കാര്യമുണ്ടോ?" ശിവൻകുട്ടി അഭിമാനം നിറഞ്ഞ സ്വരത്തിൽ ചോദിച്ചു.

"തിരിച്ച് അങ്കിളും അങ്ങനെയാണോ? എല്ലാക്കാര്യങ്ങളും അച്ഛനോടും പറയാറുണ്ടോ?" തനൂജ മുനവച്ചു ചോദിച്ചു.

ശിവൻകുട്ടിയുടെ മുഖം മങ്ങിയെങ്കിലും അയാൾ പെട്ടെന്നു തന്നെ മറുപടി പറഞ്ഞു.

"എനിക്കെന്താ മോളെ പ്രത്യേകിച്ചൊരു കാര്യം. എസ്റ്റേറ്റ്, കൃഷി, മേൽനോട്ടം. അതു കൃത്യമായി ചെയ്യണമെങ്കിൽത്തന്നെ ഇരുപത്തിനാലു മണിക്കൂർ പോരാ."

"മിടുക്കൻ. നിൽക്കാനറിയാം." ഹരിശാന്ത് മനസ്സിലോർത്തു. ശിവൻകുട്ടി അവരെ ബംഗ്ലാവിനുള്ളിലേക്കു കൂട്ടിക്കൊണ്ടു പോയി.

മുറികൾ കാണിച്ചു കൊടുത്തിട്ടു ഭക്ഷണത്തിനുള്ള ഏർപ്പാടുകൾ ചെയ്യാമെന്നു പറഞ്ഞു. ശിവൻകുട്ടി പോയി. ഹരിശാന്തും തനൂജയും ഫ്രഷായി വന്നപ്പോഴേക്കും സന്ധ്യ കഴിഞ്ഞിരുന്നു. തനൂജയ്ക്ക് ഒന്നു നടക്കാൻ പോകണമെന്നുണ്ടായിരുന്നു.

"ഇന്നിനി വേണ്ട. രാവിലെ പോകാം." ഹരിശാന്ത് നിരുത്സാഹപ്പെടുത്തി.

"അയ്യോ... ഇവിടിരുന്നു ബോറടിക്കുമല്ലോ ഹരിയേട്ടാ..." തനൂജ പരിഭവിച്ചു.

"ബോറടി മാറ്റാൻ ഒരു വഴിയുണ്ട്. നമുക്കു മുകളിൽ പോയിരുന്നു കാറ്റുകൊള്ളാം. വേണമെങ്കിൽ ഒരു ബിയറും കഴിക്കാം."

"കാറ്റ് കൊള്ളുന്നത് ഓകെ. പക്ഷേ, ബിയർ എന്ന ഓപ്ഷൻ കട്ട് ചെയ്തേക്ക്."

തനൂജ ഹരിശാന്തിന്റെ ആഗ്രഹത്തെ മുളയിലേ നുള്ളിക്കളഞ്ഞു. ബംഗ്ലാവിന്റെ രണ്ടാം നിലയുടെ മുകൾവശത്തെ വാർക്കയ്ക്കു മീതേയ്ക്കു ഹരിശാന്ത് തനൂജയെയും കൂട്ടിക്കൊണ്ടു പോയി.

നാലുവശത്തും തുറസ്സായിക്കിടക്കുന്ന വാർക്കയ്ക്കു മീതെ നിന്നാൽ എസ്റ്റേറ്റിന്റെ ഭൂരിഭാഗം പ്രദേശങ്ങളും കാണാമായിരുന്നു. കാപ്പിപ്പൂ മണമുള്ള കാറ്റ് തനൂജയുടെ മുടിയിഴകളിൽ വന്ന് അടിച്ചു ചിതറിക്കൊണ്ടിരുന്നു.

"ബ്യൂട്ടിഫുൾ..." ഇരുളിൽ നിവർന്നു പരന്നു കിടക്കുന്ന കാപ്പിക്കാടുകളിലേക്കു നോക്കിക്കൊണ്ട് തനൂജ ആശ്ചര്യസ്വരം പുറപ്പെടുവിച്ചു.

അവിടെ നിന്നാൽ ഹരിതയുടെ വീട്ടിൽ നിന്നുള്ള വെളിച്ചം കാണാമായിരുന്നു. ഹരിശാന്തിനു മനസ്സിലെങ്ങോ ഒരു മൂകത

അനുഭവപ്പെട്ടു. മുൻപു ശിവൻകുട്ടി പറഞ്ഞതിൽ നിന്നു വിഭിന്ന മായ ഒരു ചിത്രമാണ് ആസിയുമ്മയുടെ വാക്കുകളിൽനിന്നു ഹരി തയെക്കുറിച്ചു കിട്ടിയത് ഫിറോസിനെ സഹോദരനെപ്പോലെ കണ്ട ഒരു പെൺകുട്ടി.

എന്തുകൊണ്ടാവാം ഒരു രാത്രി പൊടുന്നനെ അവൾ ഫിറോ സിനൊപ്പം പോകാൻ തീരുമാനിച്ചത്. ആത്മാവുരുകി സ്നേഹിച്ച തന്നെ ഉപേക്ഷിക്കാൻ എങ്ങനെയാണ് അവൾക്കു കഴിഞ്ഞത്. അവ ളുടെ ഉദരത്തിൽ ജന്മമെടുത്ത തന്റെ കുഞ്ഞിനെ അവൾ തന്നെ നശിപ്പിച്ചിരിക്കുമോ.

ഹരിതയ്ക്കും ഫിറോസിനും കുട്ടികളില്ല എന്നല്ലേ ആസിയുമ്മ പറഞ്ഞത്. അതിനർത്ഥം ആ കുഞ്ഞ് ഭൂമിയിൽ ജന്മമെടുത്തില്ല എന്നാണല്ലോ. ഹരിശാന്തിന് കഠിനമായ ഹൃദയവ്യഥ അനുഭവപ്പെ ടുന്നുണ്ടായിരുന്നു. തന്റെ പിന്നിൽ ഒരു നിഴൽ അനങ്ങിയെന്നു ഹരിശാന്തിനു തോന്നി.

ഹരിതയാണോ അതെന്ന ഉൾവേവോടെ അവൻ തിരിഞ്ഞു നോക്കി. കൂറ്റൻ വാട്ടർ ടാങ്കിന്റെ ഇരുണ്ട രൂപം വാർക്കയ്ക്കു മീതെ ഹരിശാന്ത് കണ്ടു. ഏതോ വാഹനത്തിന്റെ പ്രകാശം അതിന്റെ മീതെ വീണതിന്റെ നിഴൽചലനമായിരുന്നു അവൻ കണ്ടത്. ഹരിശാന്ത് മുഖം തിരിച്ചു.

തനൂജയുടെ ഫോണിലേക്കു സത്യജിത്തിന്റെ കോൾ വന്നു. അവൾ ഹരിശാന്തിനോടു പറഞ്ഞിട്ടു വാട്ടർടാങ്കിന് അരികിൽ പോയി നിന്നു കോളെടുത്തു.

“എന്തു പറ്റി. ഇന്നു വിളിച്ചതേയില്ലല്ലോ?” സത്യജിത്തിന്റെ പരിഭവസ്വരം.

തനൂജയ്ക്ക് ഹൃദയത്തിൽ ഒരു കുളിർ വീശി. സ്നേഹമുള്ളൊ രാൾ തന്റെ കോളിനായി കാത്തിരിപ്പുണ്ട്.

“ഹരിയേട്ടനുണ്ടായിരുന്നല്ലോ കൂടെ. അതാ വിളിക്കാഞ്ഞത്.” തനൂജ പറഞ്ഞു.

“ഹരിയേട്ടന് അറിയാത്തതാണോ നമ്മുടെ വിവാഹക്കാര്യം?”

“ഒരു നിശ്ചയമേലും നടക്കട്ടെ മോനേ. എന്നിട്ടു പോരേ അവ കാശപ്രകടനം?” തനൂജ ചിരിയോടെ ചോദിച്ചു.

“ഇന്നെങ്കിൽ ഇന്ന്. ഞങ്ങളിവിടെ തയ്യാറാ.” സത്യജിത് പറഞ്ഞു.

“അയ്യോ, ഇന്നിപ്പോൾ രാത്രിയായില്ലേ. ഇനി നാളെ നേരം വെളു ക്കട്ടെ. എന്നിട്ടു നടത്താം.” തനൂജ ചിരിയമർത്തിപ്പറഞ്ഞു.

"ശരി. ആയിക്കോട്ടെ. എന്തായി പോയ കാര്യം? ഫിറോസി ന്റെയും ഹരിതേടേം വിലാസം തപ്പിയെടുത്തോ?"

സത്യജിത് ചോദിച്ചു.

തനൂജ അതുവരെയുണ്ടായ സംഭവവികാസങ്ങളെല്ലാം സത്യ ജിത്തിനെ പറഞ്ഞു കേൾപ്പിച്ചു.

"ഇതിപ്പോൾ സംഗതി അല്പം കോംപ്ലിക്കേഷൻ ആണല്ലോ മോളെ. ശിവൻകുട്ടിയങ്കിൾ നിങ്ങളോടു പറഞ്ഞതെല്ലാം കള്ളമാ ണെങ്കിൽ അതിനു പിന്നിൽ കൃത്യമായ ഒരു ഉദ്ദേശ്യം കാണും." സത്യജിത്ത് ഗൗരവസ്വരത്തിൽ പറഞ്ഞു.

"എനിക്കും തോന്നി. പക്ഷേ, എന്താണ് അങ്കിളിന്റെ ലക്ഷ്യമെന്ന് ഊഹിക്കാൻപോലും പറ്റുന്നില്ല." തനൂജ ആശങ്ക പങ്കുവച്ചു.

"ഞാനൊന്നു വിശദമായി പഠിക്കട്ടെ. എന്നിട്ടു വിളിക്കാം." സത്യ ജിത് കോൾ വച്ചു.

തനൂജയുടെ മനസ്സിൽ ആശങ്കയുടെ മഷി പടർന്നുകൊണ്ടിരുന്നു. അവൾ ഹരിശാന്തിന് അരികിലേക്ക് ചെന്നു. സത്യജിത്തുമായി നട ന്ന സംഭാഷണങ്ങൾ അവനെ അറിയിച്ചു.

"നീയിപ്പോ എല്ലാം അയാളോടു പറയാൻ പോകണ്ടായിരുന്നു. വെറുതെ നമ്മളെക്കുറിച്ച് ഒരു ബാഡ് ഇമേജ് ഉണ്ടാക്കി വച്ചാൽ നാളെ അതു നിന്റെ ജീവിതത്തെയാവും ബാധിക്കുക." ഹരിശാന്ത് പറഞ്ഞു.

"ഏട്ടന്റെ ജീവിതം ഇങ്ങനെയൊരു പ്രതിസന്ധിയിൽ നിൽക്കു മ്പോൾ എങ്ങനെയും ഒരു പരിഹാരമുണ്ടാക്കുക എന്നത് എന്റെ കടമയാ. അതിനു വേണ്ടി ഏതു കച്ചിത്തുരുമ്പിലും ഞാൻ കയറി പ്പിടിക്കും. സത്യ ഒരു ജെന്റിൽമാനാ... ആഫ്റ്റർ ഓൾ ഹീ ഈസ് എ പൊലീസ് ഓഫീസർ. ഇത് അനലൈസ് ചെയ്യാൻ നമ്മളേക്കാൾ മിടുക്കുണ്ടാവും."

തനൂജ ഉറപ്പോടെ പറഞ്ഞു.

ഹരിശാന്ത് മറുപടി പറഞ്ഞില്ല എങ്ങനെയായാലും ഹരിതയെ ഒന്നു കൂടി കാണണമെന്ന് അവന്റെ മനസ്സ് ആഗ്രഹിച്ചുകൊണ്ടിരുന്നു. കുറച്ചു നേരംകൂടി ടെറസിൽ ചെലവഴിച്ചിട്ടു രണ്ടുപേരും താഴേക്ക് ഇറങ്ങി.

രാവിലെ ആദ്യമുണർന്നതു തനൂജയായിരുന്നു. മുറ്റത്ത് എസ്റ്റേറ്റിലെ ജോലിക്കാർ സംഘം ചേർന്നുനിന്നു സംസാരിക്കുകയും പണിയാ യുധങ്ങൾ തിരഞ്ഞെടുക്കുകയും ചെയ്യുന്നതിന്റെ ബഹളം കേൾ ക്കാമായിരുന്നു.

തനൂജ കിച്ചനിൽ ചെന്നപ്പോൾ ഒരു സ്ത്രീ ചായ തിളപ്പിക്കുന്നതു കണ്ടു.

ശിവൻകുട്ടിയുടെ സഹായി രാമൻകുട്ടിയുടെ ഭാര്യ, ശ്യാമളയായിരുന്നു അത്.

"ആഹാ, മോളെഴുന്നേറ്റോ. ഇപ്പോ ചായ തരാം." അവർ ജോലിക്കു സ്പീഡ് കൂട്ടി. ശ്യാമള എസ്റ്റേറ്റിലെ ജോലിക്കാരിയാണ്. ശിവൻകുട്ടി നിർദ്ദേശിച്ചതനുസരിച്ച് അവർ അടുക്കളയിൽ കയറിയതാണ്.

"നിങ്ങൾക്കുള്ള കാപ്പീംകൂടി ഉണ്ടാക്കീട്ടെ ഞാൻ എസ്റ്റേറ്റിലേക്കു പോണുള്ളൂ. പുട്ടും കടലക്കറീമാ... കഴിക്കുമല്ലോ അല്ലേ?" കപ്പിലെടുത്ത ചായ നീട്ടുമ്പോൾ ശ്യാമള വിധേയത്വത്തോടെ ചോദിച്ചു.

"ഉം... എന്തായാലും മതി."

തനൂജ ചായ വാങ്ങിക്കുടിച്ചു. ശ്യാമള പുട്ടിനുള്ള മാവു നനയ്ക്കാൻ തുടങ്ങി.

തനൂജ ഒന്നു തയ്യാറെടുത്തു.

"ചായ നന്നായിട്ടുണ്ട് കേട്ടോ..." അവൾ ശ്യാമളയോടു പറഞ്ഞു.

ശ്യാമള ഹൃദ്യമായി പുഞ്ചിരിച്ചു.

"കഴിഞ്ഞ തവണ ഏട്ടനിവിടെ വന്നപ്പോ ശിവൻകുട്ടിയങ്കിളിന്റെ മോളാ ഫുഡ് ഉണ്ടാക്കിക്കൊടുത്തത് - ഹരിത. ചേച്ചിക്കറിയാവോ ഹരിതയെ..." തനൂജ ചൂണ്ട എറിഞ്ഞു.

"പിന്നെ അറിയാതെ... ശിവങ്കുട്ടിസാർ മക്കളെ ഇങ്ങോട്ടു കൊണ്ടുവന്ന കാലം തൊട്ടു ഞാൻ കാണുന്നതല്ലാരുന്നോ... മിടുക്കിയൊരു പെൺകൊച്ച്. അതിങ്ങനെയൊരു പോഴത്തരം കാണിക്കുമെന്ന് ആരറിഞ്ഞു." ശ്യാമള വിഷമത്തോടെ പറഞ്ഞു.

"ഫിറോസുമായി അവള് സ്നേഹത്തിലാരുന്നോ?"

തനൂജ ചോദിച്ചു.

"എവിടുന്ന് അവനൊരു തല്ലിപ്പൊളിയാരുന്നെന്നേ.. ഇവിടുന്നു കാപ്പിക്കുരുവോ കുരുമുളകോ ഏതാണ്ടു മോഷ്ടിക്കാൻ ശ്രമിച്ചതിന് എല്ലാവരുംകൂടി പിടിച്ചുതല്ലാനൊരുങ്ങിയതാ ശിവങ്കുട്ടിസാറു പറഞ്ഞതു കൊണ്ടു വെറുതെ വിട്ടതാ." തനൂജയ്ക്ക് അതൊരു പുതിയ അറിവായിരുന്നു.

"ആകെയുള്ളൊരു ഗുണം അവനാ ഉമ്മയോടു ഭയങ്കര സ്നേഹമാരുന്നൂന്ന് ഉള്ളതാ. ഇവിടുന്നു പോയെങ്കിലും അവരുടെ കാര്യങ്ങളൊക്കെ നോക്കുന്നുണ്ട്. ഹരിതമോൾടെ കാര്യം എന്താന്നു ദൈവത്തിനറിയാം" ശ്യാമള പറഞ്ഞു.

“സ്നേഹമായിട്ട് ഒളിച്ചോടി പോയതാണെന്നാണല്ലോ കേട്ടത്.” തനൂജ ചോദിച്ചു.

ശ്യാമള ചുറ്റുമൊന്നു നോക്കിയിട്ടു സ്വരം താഴ്ത്തി,

“സ്നേഹമൊന്നുമല്ലാരുന്നു. കുടുക്കിക്കെട്ടിയതാ. ഒരു ദിവസം ആ പെങ്കൊച്ച് മുറ്റത്തു തലകറങ്ങി വീണു. ഞാനും ശിവങ്കുട്ടിസാറും കൂടിയാ ആശുപത്രിയിൽ കൊണ്ടുപോയത്. ഞങ്ങളു തൊട്ടയൽ പക്കമാണേ. ആ കൊച്ചിന്റെ അമ്മ ഞാനാണെന്നു കരുതി ഡോക്ടർ എന്നോടു പറയുവാ ഹരിതയ്ക്കു വയറ്റിലൊണ്ടെന്ന്.” തനൂജയ്ക്കു നെഞ്ചിലൊരു നടുക്കം പിടഞ്ഞു.

“തിരിച്ചു വീട്ടിലെത്തുന്നതുവരെ ആരും ഒരക്ഷരോം മിണ്ടിയില്ല. ആരോടും ഒന്നും പറയണ്ട എന്നു ശിവങ്കുട്ടിസാറ് എന്നോടു പറഞ്ഞു. അവൾടെ ഭാവി പോകുവല്ലോന്ന് ഓർത്ത് ഞാൻ സമ്മതിച്ചു. അന്നു രാത്രി മുഴുവൻ പെരുമഴയാരുന്നു. എനിക്കു കിടന്നിട്ട് ഉറക്കംപോലും വന്നില്ല. വെളുപ്പാൻകാലത്ത് ഫിറോസിന്റെ ഓട്ടോ സ്റ്റാർട്ടായി പോകുന്ന ഒച്ച ഞാനും കേട്ടതാ. നേരം വെളുത്തപ്പോഴല്ലേ അറിയു ന്നത് രണ്ടു പേരും കൂടി ഒളിച്ചോടിപ്പോയെന്ന്.” ശ്യാമള പറഞ്ഞിട്ടു കഷ്ടം ഭാവിച്ചു താടിക്ക് കൈയൂന്നി നിന്നു.

“ഹരിത പോയകാര്യം ആരാ പറഞ്ഞത്?” തനൂജ ചോദിച്ചു.

“ശിവങ്കുട്ടിസാറു തന്നെ. സത്യം പറയാല്ലോ മോളെ, അത് ഒളി ച്ചോട്ടമൊന്നുമല്ല. അവനാ പെങ്കൊച്ചിനെ വീട്ടിൽ ആരുമില്ലാത്ത സമയം നോക്കി നശിപ്പിച്ചതാ. ഒടുക്കം വയറ്റിലൊണ്ടായപ്പോൾ ശിവങ്കുട്ടിസാറുതന്നെ രണ്ടുപേരെയും കൂടെ നാടു കടത്തിയതാ. ഒളിച്ചോടി പോയീന്നു പറഞ്ഞാൽ മതീന്നും സാറു തന്നെയാ പറ ഞ്ഞത്. ഞാൻ മോളോടായതുകൊണ്ടു സത്യം പറഞ്ഞതാ. വേറാ രോടും പറയണ്ട കേട്ടോ.”

ശ്യാമള തന്റെ നില സുരക്ഷിതമാക്കി.

തനൂജ ഹരിശാന്തിനുള്ള ചായയുമായി തിരിച്ചു പോന്നു. ശ്യാമള യിൽ നിന്നു കിട്ടിയ വിവരങ്ങൾ അവൾ ഹരിശാന്തിനോടു പറ ഞ്ഞില്ല. റൂമിലെത്തിയപ്പോൾ മൊബൈലിൽ സത്യജിത്തിന്റെ മിസ്ഡ് കോൾ കിടക്കുന്നതു കണ്ടു. തനൂജ അവനെ വിളിച്ചു.

“എന്തായി, തുമ്പു വല്ലതും കിട്ടിയോ?” അവൾ ചോദിച്ചു.

“ഇല്ലെന്നു പറഞ്ഞുകൂടാ. എങ്കിലും ചില കൺഫ്യൂഷൻസ് കൂടി ബാക്കി കിടക്കുന്നു.” സത്യജിത് പറഞ്ഞു.

“എനിക്കു വേറെ ചില ഇൻഫർമേഷൻ കൂടി കിട്ടിയിട്ടുണ്ട്.”

“എങ്കിലതുകൂടി പറ. എന്നിട്ടു ഞാനെന്റെ ഫൈൻഡിങ്സ്

പറയാം." തനൂജ ശ്യാമള പറഞ്ഞ വിവരങ്ങൾ ഹരിശാന്തിനെ അറിയിച്ചു.

എല്ലാം കേട്ടു കഴിഞ്ഞപ്പോൾ സത്യജിത് പറഞ്ഞു: "ഇപ്പോൾ എന്റെ സംശയങ്ങൾ പകുതി കുറഞ്ഞു. ശിവൻകുട്ടിക്ക് ഇതിലെന്തോ സുപ്രധാനമായ ഒരു പങ്കുണ്ട്."

"അതുറപ്പാ. പക്ഷേ, എന്തിനാണയാൾ പലതും മറച്ചു പിടിക്കുന്നത്. ഫിറോസുമായി അയാൾക്കു താൽപര്യക്കുറവൊന്നുമില്ല. അവന്റെ വീടു പണിയിച്ചതും അവൻ അയച്ചുകൊടുക്കുന്ന പണം കൃത്യമായി ആസിയുമ്മയെ ഏൽപ്പിക്കുന്നതുമൊക്കെ അയാൾ തന്നെയാ. പിന്നെന്തുകൊണ്ടാ മകളെയും മരുമകനെയും അയാൾ പരസ്യമായി അംഗീകരിക്കാത്തത്."

"ആ റീസണാണ് നമുക്കു കണ്ടുപിടിക്കാനുള്ളത്. പക്ഷേ, എന്നെ അലട്ടുന്ന സംശയം മറ്റൊന്നാണ്." സത്യജിത് പറഞ്ഞു.

"എന്താണ്... ക്ലിയറായി പറ."

"മകൾ ഗർഭവതിയായി എന്നറിഞ്ഞാൽ അയാൾ ആദ്യം ചെയ്യേണ്ടത് അതിനുത്തരവാദിയായ ആളെ - അതായത് ഹരിയേട്ടനെ വിളിച്ചു സംസാരിക്കുകയല്ലേ വേണ്ടത്. എന്തുകൊണ്ട് അതു ചെയ്തില്ല?"

"ഹരിത അത് തുറന്നു പറയാതിരുന്നതുകൊണ്ടല്ലേ."

"ഹരിത പറഞ്ഞോ ഇല്ലയോ എന്നു നമുക്ക് അറിയില്ലല്ലോ... പ്രഗ്നൻസി കൺഫേം ആയ വിവരം അവൾ ഹരിയേട്ടനെ അറിയിച്ചു. സ്വാഭാവികമായും അതു ശിവൻകുട്ടിയോടും പറഞ്ഞു കാണും. പക്ഷേ, ഫിറോസ് എങ്ങനെയാണ് ഇതിനിടയിൽ കയറി വന്നത്?" സത്യജിത് ചോദിച്ചു.

"അവർ തമ്മിൽ അടുപ്പത്തിലായിരുന്നു എന്നു ശിവൻകുട്ടിയങ്കിൾ പറഞ്ഞല്ലോ. കല്യാണമാലോചിച്ചുവെന്നും പറഞ്ഞു."

"അവിടെയാണു പ്രോബ്ലം. ശിവൻകുട്ടി പറഞ്ഞതു മാത്രമാണ് അങ്ങനെയൊരു സംഭവം നടന്നു എന്നതിന് തെളിവ്. ഫിറോസിന്റെ ഉമ്മയ്ക്കുപോലും അത് അറിയില്ല. അങ്ങനെയൊരു സംഭവത്തെക്കുറിച്ച് ഉമ്മ പറഞ്ഞിരുന്നോ?"

തനൂജ ആലോചിച്ചു.

"ഇല്ല. ഉമ്മയ്ക്ക് ആഗ്രഹം തോന്നിയപ്പോൾപോലും ഹരിത ഫിറോസിനെ സഹോദരനായി കണ്ടിട്ടേയുള്ളൂ എന്നാ പറഞ്ഞത്."

"എക്സാക്റ്റലി... അതാണ് യാഥാർത്ഥ്യം. ഹരിതയും ഫിറോസുമായി മുൻപേ ഒരു ബന്ധമുണ്ടെന്നു ശിവൻകുട്ടിയും മകൻ

ശ്രീജിത്തും കൂടി കള്ളം പറഞ്ഞു സമർത്ഥിച്ചതാണ് ഹരിയുടെ മുൻപിൽ." സത്യജിത് ഉറപ്പിച്ചു പറഞ്ഞു.

"എന്തിന്? ഫിറോസിനേക്കാൾ ഹരിയേട്ടനല്ലേ അഭികാമ്യൻ?" തനൂജ ചോദിച്ചു.

"ആ റീസൺ ആണ് നമുക്കു കണ്ടുപിടിക്കേണ്ടത്. പിന്നെ മറ്റൊരു കാര്യം, ശ്യാമളയോടു ശിവൻകുട്ടിക്ക് ഒരിക്കലും നേരത്തേ മുതൽ ഫിറോസും ഹരിതയുമായി അടുപ്പത്തിലാണെന്നു പറയാൻ പറ്റില്ല. കാരണം, അയൽക്കാരിയായ ആ സ്ത്രിക്ക് അവരെ ചെറുപ്പം മുതൽ അറിയാം. അതുകൊണ്ടാണ് ആരുമില്ലാത്ത സമയത്ത് ഫിറോസ് ഹരിതയെ നശിപ്പിച്ചതാണെന്നുള്ള കഥ അയാൾ മെനഞ്ഞെടുത്തത്. ഹരിതയെയും ഫിറോസിനെയും പിന്നീടൊരിക്കലും ആ സ്ത്രീ കണ്ടിട്ടില്ലാത്തതുകൊണ്ട് ആ നുണയും പൊളിയില്ല. ചുരുക്കം പറഞ്ഞാൽ രണ്ടിടത്തു രണ്ടു തരം കള്ളങ്ങൾ പറഞ്ഞു ശിവൻകുട്ടി ഹരിതയും ഫിറോസുമായുള്ള ബന്ധം സ്ഥാപിച്ചെടുത്തു." തനൂജയ്ക്കു തല പെരുത്തു. ഇതെവിടേക്കാണ് കാര്യങ്ങൾ നീങ്ങുന്നത്.

"മറ്റൊരു ബലമായ സംശയം കൂടി ഞാൻ പറയട്ടെ... ഫിറോസ് ഹരിതയെ കൊണ്ടുപോയിട്ടുണ്ടെങ്കിൽ അയാളും ട്രാപ്പിൽ അകപ്പെടുകയായിരുന്നു. അല്ലെങ്കിൽ പ്രലോഭിതനാവുകയായിരുന്നു." സത്യജിത് പറഞ്ഞപ്പോൾ തനൂജയ്ക്ക് ആകാംക്ഷയായി.

"അതെന്താ അങ്ങനെ പറഞ്ഞത്? അവന് ഹരിതയെ ഇഷ്ടമായിരുന്നില്ലേ...?"

"അക്കാര്യത്തിൽ എനിക്കു സംശയമുണ്ട്. ശ്രീജിത്തുമായി സൗഹൃദത്തിലായിരുന്നു ഫിറോസ്. അവനെ കാണാനായി ആ രാത്രിയിൽ പോയ ഫിറോസ് തിരിച്ചു വന്ന് ഉമ്മയോടു പറഞ്ഞത് എന്താ... ഞാൻ നാടുവിട്ടു പോവുകയാ... പലരും പലതും പറയും. ഉമ്മ അതൊന്നും കാര്യമാക്കേണ്ട എന്ന് അല്ലേ?" സത്യജിത് ചോദിച്ചു.

"അതെ..." തനൂജ സമ്മതിച്ചു.

"കുറച്ചു പണവും അവൻ ഉമ്മയെ ഏൽപ്പിച്ചു. സത്യം പറഞ്ഞാൽ ഒരു പുതിയ ജീവിതം തുടങ്ങാൻ പോവുന്ന ആൾ അങ്ങനെയാണോ പെരുമാറുക. വിവാഹം കഴിക്കാൻ പോവുകയാണ് എന്ന കാര്യം അയാൾ ഉമ്മയോടു പറയാതിരിക്കില്ല. എന്തെങ്കിലും കാരണവശാൽ പറഞ്ഞില്ല എങ്കിൽപോലും അവൻ കുറച്ചു പണം കണ്ടെത്തി കൈയിൽ കരുതുകയേയുള്ളൂ. ഇവിടെ പക്ഷേ, അതൊന്നും നടന്നില്ല. എന്റെ ഊഹം ശരിയാണെങ്കിൽ ഹരിതയുമായി ഫിറോസ് ഒളിച്ചോടിയത് ആരോ ഏൽപ്പിച്ച ഒരു ജോലി തീർക്കലായിരുന്നു

അതിന്റെ പ്രതിഫലമാണ് അവന്റെ കൈയിൽ എത്തിയ പണം അവൻ പണികഴിപ്പിച്ച വീട്."

"ശിവൻകുട്ടിയങ്കിൾ എന്തായാലും ഇത്രയൊക്കെ പണം മുടക്കുമോ... അല്ലെങ്കിൽത്തന്നെ അതിന്റെ ആവശ്യമെന്താ?"

"പണം മുടക്കിയതു ശിവൻകുട്ടി ആണോ അല്ലയോ എന്ന് അന്വേഷിച്ചു കണ്ടുപിടിക്കാം. പക്ഷേ, എന്നെ ഭയപ്പെടുത്തുന്ന ഒരു വസ്തുത കൂടിയുണ്ട് തനൂജ."

സത്യജിത്തിന്റെ സ്വരം വിറച്ചു.

"എന്താ സത്യാ...?"

തനൂജ ഉയരുന്ന ഹൃദയമിടിപ്പോടെ തിരക്കി.

"ആ രാത്രിക്കുശേഷം മറ്റാരും ഹരിതയെ കണ്ടിട്ടില്ല. ഫിറോസ് മാത്രം കള്ളനെപ്പോലെ രണ്ടു തവണ ഉമ്മയുടെ അടുത്തു വന്നു ഹരിതയ്ക്കു കുഞ്ഞു ജനിച്ചതായോ. എന്തിന് അവൾ ഗർഭിണിയാണെന്നുപോലുമോ ഉമ്മയ്ക്ക് അറിയില്ല. എന്താ അതിന്റെ അർത്ഥം. അവളീ ഭൂമിയിൽ എവിടെങ്കിലും ഉണ്ടെന്നാണോ. അതോ മാഞ്ഞുപോയെന്നാണോ?"

തനൂജയുടെ നട്ടെല്ലിലൂടെ ഒരു തണുപ്പിഴഞ്ഞു പോയി.

ഏഴ്

സത്യജിത്തിന്റെ വാക്കുകൾ സൃഷ്ടിച്ച നടുക്കത്തിന്റെ അലയൊലികൾ ഏതാനും നിമിഷങ്ങൾ കൂടി തനൂജയുടെ മനസ്സിനെ പ്രകമ്പിതമാക്കിക്കൊണ്ടിരുന്നു.

“ഹലോ... തനൂജാ.. കേൾക്കുന്നുണ്ടോ?” സത്യജിത്തിന്റെ സ്വരം ഫോണിലൂടെ വന്നു.

“ഹലോ... പറഞ്ഞോ...” തനൂജ അടഞ്ഞ സ്വരത്തിൽ പറഞ്ഞു.

“ഞാനീ പറഞ്ഞതു സംഭവിച്ച കാര്യങ്ങൾ ആവണമെന്നില്ല. സാധ്യതകൾ മാത്രമാണ്.”

“എനിക്ക് വിശ്വസിക്കാൻ പറ്റുന്നില്ല സത്യാ, എന്തൊക്കെയായാലും ശിവൻകുട്ടിയങ്കിളിന്റെ മകളല്ലേ ഹരിത. അവൾക്കു ജീവാപായം വരുത്തുന്ന ഒന്നും അങ്കിൾ ചെയ്യില്ലല്ലോ.”

“ഹരിതയെ ആ രാത്രിക്കുശേഷം ആരും കണ്ടിട്ടില്ല. ഫോണിലൂടെ പോലും ആരും സംസാരിച്ചിട്ടില്ല. ഹരിയേട്ടനെ എങ്കിലും അവൾ കോൺടാക്ട് ചെയ്യാൻ ശ്രമിക്കേണ്ടതല്ലേ?”

സത്യജിത്തിന്റെ ചോദ്യത്തിനു തനൂജയുടെ പക്കൽ മറുപടിയുണ്ടായിരുന്നില്ല.

“കൃത്യമായി എന്തെങ്കിലും പറയണമെങ്കിൽ നമുക്കു ഹരിതയെയോ ഫിറോസിനെയോ കണ്ടെത്തണം.”

“അതിനിപ്പോ എന്തു വഴിയാ ഉള്ളത്?”

തനൂജ ചോദിച്ചു.

“എന്റേതായ രീതിയിൽ ഞാനൊരു അന്വേഷണം നടത്താം. ആദ്യം ഫിറോസിന്റെയും ഹരിതയുടെയും മൊബൈൽ നമ്പറുകൾ എനിക്കു തരണം. അതുപോലെ തന്നെ ശിവൻകുട്ടിയങ്കിളിന്റെ ബാങ്ക് അക്കൗണ്ട് ഡീറ്റെയിൽസും.” സത്യജിത് ആവശ്യപ്പെട്ടു.

"നമ്പറുകൾ ഞാൻ തരാം. ബാങ്ക് അക്കൗണ്ട് ഡീറ്റെയിൽസ് എങ്ങനെ സംഘടിപ്പിക്കാനാ?"

"നിങ്ങളുടെ എസ്റ്റേറ്റ് മാനേജരല്ലേ അയാൾ. കമ്പനിയുടെ അക്കൗണ്ട്സ് ഇൻഫർമേഷൻ തനിക്കു തപ്പിയെടുക്കാൻ പറ്റില്ലേ? ഒന്നു മല്ലെങ്കിലും ഒരു സോഫ്റ്റ്‌വെയർ എൻജിനീയറല്ലേ താൻ?"

"ഞാൻ ശ്രമിക്കാം സത്യാ..."

"പരമാവധി വേഗത്തിൽ വിവരങ്ങൾ കളക്ട് ചെയ്യ്. സൈബർ സെല്ലിൽ എനിക്കു സുഹൃത്തുക്കളുണ്ട്. ബാങ്ക് അക്കൗണ്ടിന്റെ ഡീറ്റെയിൽസ് കിട്ടാൻ നിങ്ങളുടെ ചാർട്ടേഡ് അക്കൗണ്ടന്റിനെ സമീപിച്ചു നോക്ക്. ഇതിപ്പോ മേയ് മാസമല്ലേ. കഴിഞ്ഞ വർഷത്തെ അക്കൗണ്ട് സ്റ്റേറ്റ്മെന്റുകൾ അയാളുടെ കയ്യിൽ കാണും."

തനൂജയ്ക്ക് ഒരു പിടിവള്ളി കിട്ടി.

"ഞങ്ങളുടെ ഓഡിറ്റും കണക്കുകളും നോക്കുന്നതു വരദരാജൻ അങ്കിളാ. ഹരിയേട്ടനും പുള്ളീം സുഹൃത്തുക്കളാ. ആ വഴിക്ക് ഒന്നു ശ്രമിച്ചു നോക്കാം."

"ഓകെ ഗുഡ്. കാര്യങ്ങൾ ഒന്നു സ്പീഡപ്പ് ചെയ്യ്. എന്താണ് നടന്നതെന്ന് അറിയാൻ എനിക്കുമിപ്പോൾ നല്ല ക്യൂരിയോസിറ്റിയുണ്ട്." സത്യജിത് പറഞ്ഞു.

അവനുമായുള്ള ഫോൺ സംഭാഷണം അവസാനിപ്പിച്ചിട്ടു തനൂജ ഹരിശാന്തിന്റെ മുറിയിലേക്കു ചെന്നു.

ചായ കുടിച്ചു കഴിഞ്ഞു മൊബൈലിൽ ഓൺലൈൻ ന്യൂസ് പോർട്ടലുകൾ ചെക്ക് ചെയ്തുകൊണ്ടിരിക്കുകയായിരുന്നു ഹരിശാന്ത്.

"ഹരിയേട്ടാ, വരദരാജനങ്കിൾ ഇപ്പോൾ എവിടെയാണ്?" തനൂജ തിരക്കി.

ഹരിശാന്ത് ചോദ്യഭാവത്തിൽ അവളെ നോക്കി.

"സത്യ വിളിച്ചിരുന്നു. നമുക്ക് അത്യാവശ്യമായി ചില കാര്യങ്ങൾ ചെയ്തുതീർക്കാനുണ്ട്. ശിവൻകുട്ടിയങ്കിളിന്റെ കഴിഞ്ഞ വർഷത്തെ, അതായതു 2018–2019 വർഷത്തെ ബാങ്ക് അക്കൗണ്ട് ഡീറ്റെയിൽസ് ഒന്നു ചെക്ക് ചെയ്യണം."

"അതെന്തിനാ?"

"ഫിറോസ്, അങ്കിളിന്റെ അക്കൗണ്ടിലേക്കാണ് ആസിയുമ്മയ്ക്കു കൊടുക്കാനുള്ള തുക ഇട്ടുകൊടുക്കുന്നത് എന്നാണല്ലോ പറഞ്ഞത്. അങ്ങനെയെങ്കിൽ ഫിറോസ് എവിടുള്ള ബ്രാഞ്ചിൽ നിന്നാ പണം

നിക്ഷേപിക്കുന്നത് എന്നറിയണം. അവരെ ലൊക്കേറ്റ് ചെയ്യാൻ വേണ്ടിയാണ്."

ഹരിശാന്ത് മൊബൈലിൽ നിന്നു ചാർട്ടേഡ് അക്കൗണ്ടന്റ് വരദ രാജന്റെ നമ്പർ എടുത്തു.

അവൻ വരദരാജനെ വിളിച്ചു. ശിവൻകുട്ടിയുടെ അക്കൗണ്ട് ഡീറ്റെയിൽസ് ആവശ്യപ്പെട്ടു.

ഫോണിലേക്ക് അയച്ചേക്കാം എന്നു പറഞ്ഞു ഫോൺ വച്ച വരദരാജൻ അര മണിക്കൂർ കഴിഞ്ഞപ്പോൾ ഹരിശാന്തിനെ തിരികെ വിളിച്ചു.

"ഹരിമോനെ, ശിവൻകുട്ടി സാറിന്റെ അക്കൗണ്ട് ഡീറ്റെയിൽസ് നമ്മുടെ കയ്യിൽ ഇല്ല. കമ്പനിയിൽനിന്ന് അദ്ദേഹത്തിനു കൊടുത്ത സാലറി ഡീറ്റെയിൽസ് ഞാൻ ഡോക്യുമെന്റായി മോന് വാട്സാപ്പ് ചെയ്തിട്ടുണ്ട്."

വരദരാജൻ പറഞ്ഞപ്പോൾ ഹരിശാന്തിനു ദേഷ്യം വന്നു.

"ഇവിടുന്നു കൊടുത്ത ശമ്പള വിവരങ്ങൾ അറിഞ്ഞിട്ട് എനിക്കെന്താ പ്രയോജനം? അങ്കിളല്ലേ ശിവൻകുട്ടിയങ്കിളിന്റെ ടിഡിഎസ് ക്ലെയിമിങ് നടത്തിക്കൊണ്ടിരിക്കുന്നത്. ഇതിപ്പോ രണ്ടായിരത്തി പത്തൊൻപത് ഓഗസ്റ്റ് മാസമല്ലേ. കഴിഞ്ഞ ഫിനാൻഷ്യൽ ഇയറിലെ ടാക്സ് ക്ലെയിമിങ്ങിന്റെ സമയം കഴിഞ്ഞല്ലോ." ഹരിശാന്ത് ചോദിച്ചു.

"ഇത്തവണ ശിവൻകുട്ടി സാർ മറ്റാരെയോ ചുമതലപ്പെടുത്തിയിരിക്കുകയാണ്. അതുകൊണ്ടു തന്നെ അദ്ദേഹത്തിന്റെ അക്കൗണ്ട് ഡീറ്റെയിൽസ് എനിക്ക് അയച്ചു തന്നിട്ടില്ല." വരദരാജൻ കൈയൊഴിഞ്ഞു.

ഹരിശാന്ത് ദേഷ്യത്തിൽ ഫോൺ വച്ചു.

ഇനിയെന്തു ചെയ്യുമെന്ന കാര്യത്തിൽ ഹരിശാന്തിനോ തനൂജയ്ക്കോ ഒരു ഐഡിയ കിട്ടിയില്ല. തനൂജ സത്യജിത്തിനെ തന്നെ അഭയം പ്രാപിച്ചു.

"സാരമില്ല. കിട്ടിയ വിവരങ്ങൾ താനെനിക്കു വാട്സാപ് ചെയ്യാൻ ഹരിയേട്ടനോടു പറ. എന്റെ വഴിക്കു ഞാനൊന്നു ശ്രമിക്കട്ടെ." സത്യജിത് തനുവിനെ ആശ്വസിപ്പിച്ചു കോൾ മുറിച്ചു.

തനൂജ ഹരിശാന്തിനു സത്യജിത്തിന്റെ നമ്പർ കൊടുത്തു.

ഹരിശാന്ത് അപ്പോൾത്തന്നെ വരദരാജൻ അയച്ചുകൊടുത്ത സ്റ്റേറ്റ്മെന്റ് സത്യജിത്തിനു ഫോർവേഡ് ചെയ്തു.

ഏതാനും നിമിഷങ്ങൾ കഴിഞ്ഞപ്പോൾ ഹരിശാന്തിന്റെ ഫോണി ലേക്കു ചന്ദ്രകുമാറിന്റെ കോൾ വന്നു.

ഹരിശാന്ത് കോൾ അറ്റൻഡ് ചെയ്തു.

"ഹരി... നീയും തനുവുംകൂടി എന്തിനാ മാനന്തവാടിക്ക് പോയത്?"

പതിവില്ലാത്ത ഗൗരവസ്വരത്തിലായിരുന്നു ചന്ദ്രകുമാറിന്റെ സംസാരം.

"ചുമ്മാ, സൈറ്റ് സീയിങ്ങിന് ഞങ്ങൾ അച്ഛനോടു പറഞ്ഞത ല്ലാരുന്നോ." ഹരിശാന്ത് അമ്പരപ്പോടെ ചോദിച്ചു.

"കാഴ്ച കാണാൻ പോയവർ അതു കണ്ടിട്ടു തിരിച്ചു പോന്നോണം. അവിടത്തെ ആഭ്യന്തര കാര്യങ്ങളിൽ ഇടപെടാൻ നിൽക്കണ്ട." ചന്ദ്ര കുമാർ മുറുകിയ സ്വരത്തിൽ പറഞ്ഞു.

"അച്ഛനെന്തായീ പറയുന്നത്? എനിക്കു മനസ്സിലാകുന്നില്ല." ഹരി ശാന്ത് ചോദിച്ചു.

"എങ്കിൽ മനസ്സിലാകുന്ന ഒരു കാര്യം ഞാൻ പറയാം. നീയും തനൂജയും അരമണിക്കൂറിനുള്ളിൽ അവിടെ നിന്ന് ഇറങ്ങണം. വൈകുന്നേരത്തിനു മുൻപ് ഇവിടെ തിരിച്ചെത്തിയിരിക്കണം."

കല്പന പുറപ്പെടുവിച്ചിട്ടു ചന്ദ്രകുമാർ കോൾ കട്ട് ചെയ്തു.

"എന്താ ഹരിയേട്ടാ?" ഹരിശാന്തിന്റെ മുഖം ചുവന്നതു കണ്ടിട്ടു തനൂജ ചോദിച്ചു.

അച്ഛൻ പറഞ്ഞ കാര്യങ്ങൾ ഹരിശാന്ത് തനൂജയെ അറിയിച്ചു. സ്വതവേ ശാന്തപ്രകൃതിയാണ് ചന്ദ്രകുമാർ. അയാൾക്കു ദേഷ്യം വരണമെങ്കിൽ ന്യായമായ കാരണങ്ങൾ വേണം. ഇപ്പോഴെന്താണ് സംഭവിച്ചതെന്നു സഹോദരങ്ങൾക്ക് ഊഹിക്കാൻ പോലും കഴി ഞ്ഞില്ല. ചന്ദ്രകുമാർ പറഞ്ഞതുപോലെ ഹരിശാന്തും തനൂജയും അനുസരിച്ചു.

ഇരുവരും തിരിച്ചുപോകാനായി വേഷം മാറി ഇറങ്ങി ചെല്ലു മ്പോൾ ഡൈനിങ് ടേബിളിനരികിൽ ആലോചനയോടെ ഇരിക്കുന്ന ശിവൻകുട്ടിയെ കണ്ട് അവർ പോകാൻ തയ്യാറായി വരുന്നതു കണ്ടിട്ടും അയാളുടെ മുഖത്തു ഭാവമാറ്റമൊന്നുമില്ല. പ്രതീക്ഷിച്ചിരുന്ന ഒരു കാര്യം സംഭവിച്ചതുപോലെയുള്ള സാധാരണത്വം.

"നിങ്ങൾ കഴിച്ചിട്ടു പോയാൽ മതി. ബ്രെയ്ക്ക്ഫാസ്റ്റ് ഉണ്ടാക്കി യിട്ടുണ്ട്." ശിവൻകുട്ടി പറഞ്ഞു.

ഹരിശാന്തും തനൂജയും ആ ക്ഷണം നിരസിച്ചു. അവർ പുറ ത്തേക്ക് നീങ്ങിയപ്പോൾ ശിവൻകുട്ടി പിന്നിൽനിന്നു വിളിച്ചു.

"ഹരിമോനേ..."

ഹരിശാന്തിനൊപ്പം തനൂജയും തിരിഞ്ഞു നോക്കി. ശിവൻകുട്ടി ഗൗരവഭാവത്തിൽ അവർക്ക് അരികിലേക്കു വന്നു.

"മോന് എന്നെക്കുറിച്ച് എന്തെങ്കിലും അറിയാനോ അന്വേഷിക്കാനോ ഉണ്ടെങ്കിൽ നേരിട്ടു ചോദിച്ചാൽ മതി. വളഞ്ഞവഴിക്കു മൂക്കിൽ പിടിക്കാൻ നോക്കിയാൽ ചിലപ്പോൾ കൈയുടെ കുഴ തെറ്റും."

അയാൾ പറഞ്ഞ രീതിയിൽ ഒരു ഭീഷണിയുണ്ടെന്നു ഹരിശാന്തിനു തോന്നി. അവന്റെ കണ്ണുകൾ ജ്വലിച്ചു.

"എന്റെ അച്ഛന്റെ ശമ്പളം വാങ്ങിയിട്ടു നിങ്ങൾ എന്നെ പഠിപ്പിക്കേണ്ട. ആരോട്, എന്ത്, എപ്പോഴാണ് ചോദിക്കേണ്ടതെന്ന് എനിക്കറിയാം."

ഹരിശാന്ത് ദൃഢസ്വരത്തിലാണ് പറഞ്ഞതെങ്കിലും ശിവൻകുട്ടിയുടെ മുഖത്തു ഭാവമാറ്റമൊന്നും ഉണ്ടായില്ല.

"അറിയേണ്ട കാര്യങ്ങൾ മാത്രമല്ല, അറിയരുതാത്ത കാര്യങ്ങളുമുണ്ട്. അതിനു പിന്നാലെ പോയി വെറുതെ സമയം കളയണ്ട. വാങ്ങുന്ന ശമ്പളത്തിനു ശിവൻകുട്ടി ചെയ്യുന്ന ജോലിയേ മോനറിയൂ. ശമ്പളമില്ലാതെയും ഞാൻ ജോലി ചെയ്യാറുണ്ട്. വെറുതെ എനിക്കു പണിയുണ്ടാക്കി വയ്ക്കരുത്."

ഇത്തവണ ഭീഷണി സുവ്യക്തമായിരുന്നു. അയാളുടെ കണ്ണുകളിൽ ഒളിഞ്ഞിരിക്കുന്ന ക്രൗര്യം തനൂജ വ്യക്തമായി കണ്ടു.

പ്രതീക്ഷിക്കാത്ത നിമിഷത്തിൽ ഹരിശാന്ത് ശിവൻകുട്ടിയുടെ ഷർട്ടിൽ കുത്തിപ്പിടിച്ചു.

"ഇയാൾ ആരാണെന്നാ വിചാരം? എന്നെ ഭീഷണിപ്പെടുത്താൻ മാത്രം തന്റേടം തനിക്കെവിടുന്നുണ്ടായി. തനിക്കറിയാത്ത പല പണീം എനിക്കുമറിയാം." ഹരിശാന്ത് കോപാകുലനായി ആക്രോശസ്വരത്തിൽ പറഞ്ഞു.

"വിട് ഹരിയേട്ടാ... ദേഹത്തു തൊട്ടുള്ള കളിയൊന്നും വേണ്ട."

തനൂജ ഇടയിൽ കയറി ഹരിശാന്തിന്റെ കൈ വിടുവിച്ചു.

ശിവൻകുട്ടി അക്ഷോഭ്യനായി നോക്കി നിൽക്കുകയാണ്.

"ഇനി തന്നെയിവിടെ വാഴിക്കുമെന്നു കരുതണ്ട. കെട്ടും ഭാണ്ഡവുമൊക്കെ മുറുക്കി തയ്യാറായിരുന്നോ..."

ഹരിശാന്ത് കൈചൂണ്ടി ഭീഷണിയുടെ സ്വരത്തിൽ ശിവൻകുട്ടിയോടു പറഞ്ഞു. തനൂജ അവന്റെ കയ്യിൽ പിടിച്ചുവലിച്ചു പുറത്തേക്കു

നടത്തിക്കൊണ്ടു പോയി. കാറിനരികിലെത്തിയിട്ടും ഹരിശാന്തിനു രോഷമടങ്ങിയിരുന്നില്ല.

ഫിറോസിനെയും ഹരിതയെയും കുറിച്ചു ശിവൻകുട്ടി പറഞ്ഞ നുണകളാണ് ഹരിശാന്തിനെ പ്രകോപിതനാക്കിയതെന്നു തനൂജ യ്ക്ക് അറിയാമായിരുന്നു. ഉള്ളിൽ പതിഞ്ഞു കിടന്ന അമർഷം പുറത്തുചാടി പോയതാണ്.

തനൂജയാണ് കാർ എടുത്തത്. തിരിച്ചു പോരുമ്പോൾ അവ ളുടെ ഉള്ളിൽ ആശങ്കകൾ നിറഞ്ഞു.

ഹരിതയ്ക്ക് എന്തെങ്കിലും സംഭവിച്ചിട്ടുണ്ടെങ്കിൽ ഹരിശാന്തിന്റെ പ്രതികരണം എന്തായിരിക്കുമെന്ന് അവൾക്ക് ഊഹിക്കാൻ പോലും ഭയമായി. ഹരിത വെറും കാമുകി മാത്രമല്ലല്ലോ. അവന്റെ കുഞ്ഞിനെ ഉദരത്തിൽ ചുമക്കുന്നവൾ കൂടി ആയിരുന്നല്ലോ.

നാലു മണിയോടു കൂടി ഹരിശാന്തും തനൂജയും ശ്രീനിലയ ത്തിലെത്തി.

വാതിൽ തുറന്ന ലളിതശ്രീയുടെ മുഖത്ത് ഒരു മ്ലാനത പടർന്നി രിക്കുന്നത് ഇരുവരും കണ്ടു.

"എന്തുപറ്റി ലളിതാമ്മേ?" തനൂജ തിരക്കി.

"അച്ഛൻ ദേഷ്യത്തിലാ..." ലളിതശ്രീ താണസ്വരത്തിൽ പറഞ്ഞു.

ഹാളിൽ ചന്ദ്രകുമാർ മക്കളുടെ വരവും പ്രതീക്ഷിച്ചിരിക്കുക യായിരുന്നു. മുഖവുരകളൊന്നുമില്ലാതെ തന്നെ അയാൾ ചോദ്യം ചെയ്യൽ ആരംഭിച്ചു.

"ഹരീ... ഞാൻ ശമ്പളം കൊടുത്തു നിർത്തിയിരിക്കുന്നവരെ ശാസിക്കാനും ശിക്ഷിക്കാനും നിനക്കാരാ അധികാരം തന്നത്? ചന്ദ്രകുമാർ ചോദിച്ചു.

"ഞാൻ അന്യനൊന്നുമല്ലല്ലോ. അച്ഛന്റെ മകനല്ലേ, നമ്മുടെ എസ്റ്റേറ്റിലെ ജോലിക്കാർ ഞാനർഹിക്കുന്ന മര്യാദയും ബഹുമാ നവും എനിക്കു തരേണ്ട എന്നു വല്ല നിർദ്ദേശവും അച്ഛൻ കൊടു ത്തിട്ടുണ്ടോ?"

ഹരിശാന്ത് ക്ഷോഭമടക്കിയ സ്വരത്തിൽ ചോദിച്ചു.

"ശിവൻകുട്ടിയെ എനിക്കറിയാം. എന്റെ മക്കളെ അവൻ സ്വന്തം മക്കളായേ കാണുകയും പെരുമാറുകയും ചെയ്യുകയുള്ളൂ. നിന്നെ ആരാ അവനെക്കുറിച്ചു സ്വകാര്യമായി അന്വേഷിക്കാൻ ചുമതല പ്പെടുത്തിയിരിക്കുന്നത്?"

"എനിക്കെന്തെങ്കിലും സംശയം തോന്നിക്കാണും. അതാ ഞാൻ അന്വേഷിച്ചത്. മടിയിൽ കനമില്ലാത്തവൻ എന്തിനാ ഭയപ്പെടുന്നത്?"

ഹരിശാന്ത് ചോദിച്ചപ്പോൾ ചന്ദ്രകുമാർ ലളിതശ്രീയെ ഒന്നു നോക്കി. ലളിതശ്രീ ഹരിശാന്തിനെ നോക്കി.

"ഹരിക്കുട്ടാ... കാര്യങ്ങൾ വേണ്ടതുപോലെ നോക്കാനും അന്വേഷിക്കാനും അച്ഛനില്ലേ. ആവശ്യമില്ലാത്ത കാര്യങ്ങളിൽ നിങ്ങൾ തലയിട്ടാൽ അതെല്ലാവർക്കും വിഷമമാകില്ലേ?"

ലളിത്രശീ അനുനയസ്വരത്തിൽ ചോദിച്ചു.

"ലളിതാമ്മയ്ക്ക് എന്തറിയാം ശിവൻകുട്ടിയങ്കിൾ പക്കാ ഫ്രോഡാ. എന്തെല്ലാം നുണകളാണ് അയാൾ പറഞ്ഞതെന്ന് അറിയാമോ?" ഹരിശാന്ത് ചോദിച്ചു.

ചന്ദ്രകുമാർ അതിൽ കയറി കൊളുത്തി.

"എന്തു നുണയാ ശിവൻകുട്ടി നിന്നോടു പറഞ്ഞത് ഏതെങ്കിലും ഒരെണ്ണം പറ."

ചന്ദ്രകുമാർ ചോദിച്ചപ്പോൾ ഹരിശാന്തിന് ഉത്തരമില്ലാതായി. ഹരിതയെക്കുറിച്ചാണ് ശിവൻകുട്ടി നുണക്കഥകൾ പറഞ്ഞിരിക്കുന്നത്. ഹരിതയും ഹരിശാന്തുമായുള്ള ബന്ധം ചന്ദ്രകുമാറിന് അറിയില്ല.

"എന്താ നിനക്കു മറുപടിയില്ലേ?"

ചന്ദ്രകുമാർ ഹരിശാന്തിനോടു ചോദിച്ചപ്പോൾ തനൂജ ഇടപെട്ടു.

"അച്ഛാ... അങ്കിൾ പ്രൊവോക് ചെയ്താ സംസാരിച്ചത്. ഹരിയേട്ടനെ ഭീഷണിപ്പെടുത്തുകയും ചെയ്തു. ഇപ്പോൾത്തന്നെ ഇതെല്ലാം അച്ഛനെ വിളിച്ചുപറഞ്ഞു കലഹമുണ്ടാക്കിച്ചത് അങ്കിളല്ലേ."

ചന്ദ്രകുമാർ മകളെ നോക്കി.

"നടന്നതെന്താണ് എന്നു ശിവൻകുട്ടി എന്നോടു പറഞ്ഞു. അവനെ നിങ്ങൾ സംശയിച്ചത് എന്തിന്റെ പേരിലാണെങ്കിലും ശിവൻകുട്ടിക്ക് വിഷമമുണ്ടായി. ആത്മാർത്ഥമായി ജോലി ചെയ്യുന്നവർക്കു ചെറിയൊരു സംശയം പോലും ഇൻസൾട്ടായി തോന്നും. അതാ ശിവൻകുട്ടി ഹരിയോട് അതിനെക്കുറിച്ചു സംസാരിച്ചത്."

ചന്ദ്രകുമാറിന്റെ സ്വരത്തിൽ ഭൃത്യനോടുള്ള അമിതവാത്സല്യം തനൂജ തിരിച്ചറിഞ്ഞു.

താനോ ഹരിയേട്ടനോ സംസാരിച്ചിട്ടു കാര്യമില്ല. ചന്ദ്രകുമാർ മേശപ്പുറത്തുനിന്ന് ഒരു ഫയൽ എടുത്തു തുറന്നു. അതിൽ നിന്ന് ഏതാനും പ്രിന്റൗട്ടുകൾ എടുത്തു അത് അയാൾ തനൂജയ്ക്കു നേരെ നീട്ടി.

"ഇതാ നിങ്ങൾ വരദരാജനെ വിളിച്ചു ചോദിച്ച ശിവൻകുട്ടി യുടെ അക്കൗണ്ട് സ്റ്റേറ്റ്മെന്റ്സ്. കഴിഞ്ഞ സാമ്പത്തിക വർഷത്തിൽ അവൻ നടത്തിയ എല്ലാ ഇടപാടുകളും ഇതിലുണ്ട്. നെറ്റ് ബാങ്കിങ് വഴി മൊബൈൽ റീച്ചാർജ് ചെയ്തതു വരെ."

തനൂജ പേപ്പറുകൾ വാങ്ങി. അവൾക്ക് ആശ്ചര്യമായിരുന്നു. ശിവൻകുട്ടിയങ്കിളിനു മറയ്ക്കാൻ ഒന്നുമില്ലേ!

"ഒരു ആരോപണമുണ്ടായാൽ ആത്മാർത്ഥമായി ജോലി ചെയ്യു ന്നവർ അതിനെ നേരിടുന്നത് ഇങ്ങനെയായിരിക്കും. ഒന്നും മറ യ്ക്കുകയോ ഒളിക്കുകയോ ചെയ്യാനില്ലവർക്ക്." ചന്ദ്രകുമാർ അഭി മാനസ്വരത്തിൽ പറഞ്ഞു.

ഹരിശാന്ത് അസ്വസ്ഥതയോടെ അച്ഛനെ നോക്കി.

"ഹരീ... നീ ഒരു കാര്യം മനസ്സിൽ വച്ചോ... നൂറിൽ ഒരാളെ നമ്മളോട് ആത്മാർത്ഥതയോടെ ജോലി ചെയ്യൂ. നിന്നോടുള്ള വാത്സല്യം കൊണ്ട് അങ്ങനെയൊരു ജോലിക്കാരനെ പിരിച്ചുവിടാൻ എനിക്കു പറ്റില്ല. അങ്ങനെ ചെയ്താൽ ഒരു ബിസിനസുകാരൻ എന്ന നിലയിൽ ഞാൻ വൻ പരാജയമാകും." ചന്ദ്രകുമാർ പറഞ്ഞു.

ഹരിശാന്ത് ദൃഢമായ മുഖത്തോടെ അച്ഛനെ നോക്കി.

"അച്ഛൻ പരാജയപ്പെടരുതെന്നു മാത്രമേ ഞാനും ആഗ്രഹിക്കു ന്നുള്ളൂ." ചന്ദ്രകുമാറിനു വാക്കുകൾ നഷ്ടപ്പെട്ടു

ഹരിശാന്ത് തന്റെ മുറിയുടെ നേർക്കു നടന്നുപോയി.

"അവനോടു ദേഷ്യപ്പെടണമായിരുന്നോ... കാര്യം പറഞ്ഞാൽ ഹരിക്കുട്ടനറിയില്ലേ."

ലളിതശ്രീ ചന്ദ്രകുമാറിനോടു ചോദിച്ചു.

"ഞാൻ ദേഷ്യപ്പെട്ടില്ലല്ലോ. പറയാനുള്ളതു ക്ലിയറായി പറഞ്ഞു. അത്രേയുള്ളൂ."

ചന്ദ്രകുമാർ തോൽക്കാൻ മനസ്സില്ലാത്ത സ്വരത്തിൽ പറഞ്ഞു.

രാത്രി.

ഹരിശാന്ത് മദ്യപിക്കണമോ വേണ്ടയോ എന്ന കൺഫ്യൂഷനിൽ മുറിയിലിരിക്കുകയായിരുന്നു. കഴിഞ്ഞു പോയ മാസങ്ങളിൽ കൂടെ നടന്ന ദുശ്ശീലത്തിന് ഒഴിഞ്ഞു പോകാൻ മടിയുണ്ട്. ഒടുവിൽ ഒരു പെഗ് കഴിക്കാം എന്ന വിചാരത്തോടെ ഹരിശാന്ത് എഴുന്നേറ്റു. തനൂജ പെട്ടെന്നു മുറിയിലേക്ക് വന്നതേ അവൻ ഹതാശനായി.

തനൂജയുടെ കയ്യിൽ ചന്ദ്രകുമാർ കൊടുത്ത പേപ്പർ ഷീറ്റുകളു മുണ്ടായിരുന്നു.

“ഇതിലൊന്നുമില്ലേട്ടാ... വെരി നോർമൽ ട്രാൻസാക്ഷൻസ്.” തനൂജ പേപ്പറുകൾ ഹരിശാന്തിനു കൊടുത്തു.

അവൻ അലക്ഷ്യമായി പേപ്പറുകൾ വാങ്ങി നോക്കി.

“നീയും ശിവൻകുട്ടിയങ്കിൾ നല്ലവനാണെന്ന തീരുമാനത്തിൽ എത്തിയോ?” ഹരിശാന്ത് ചോദിച്ചു.

“ഒരിക്കലുമില്ല ഇതയാൾ അയച്ചു തന്നത് എന്തിനാണെന്നു ഹരിയേട്ടനു മനസ്സിലായോ. എന്തെങ്കിലും സാമ്പത്തിക തട്ടിപ്പ് അയാൾ നടത്തിയോ എന്നാണ് നമ്മൾ സംശയിച്ചതെങ്കിൽ ആ സംശയം മാറിക്കോട്ടെ എന്നു കരുതി. പക്ഷേ, നമുക്കറിയേണ്ട തുമ്പ് ഈ സ്റ്റേറ്റ്മെന്റുകളിൽ ഉണ്ട് എന്നു കക്ഷിക്കു മനസ്സിലായില്ല.” തനൂജ പറഞ്ഞു.

ഹരിശാന്ത് ഉദ്വിഗ്നനായി.

“എന്തു തുമ്പ്..?”

“ആസിയുമ്മയ്ക്കു വീടു പണിയാനും മാസാമാസം ചെലവിനു കൊടുക്കാനുമൊക്കെ ദോണിക്കൂപ്പയിൽ താമസിക്കുന്ന ഫിറോസ് ശിവൻകുട്ടിയുടെ അക്കൗണ്ടിൽ ഇട്ടുകൊടുക്കുന്ന പണമില്ലേ... അതിനെക്കുറിച്ച് ഈ സ്റ്റേറ്റ്മെന്റിൽ പരാമർശമൊന്നുമില്ല.”

“എന്നുവച്ചാൽ?”

“ഫിറോസ് ശിവൻകുട്ടിയങ്കിളിന് പണമൊന്നും കൊടുക്കുന്നില്ല. മറ്റേതോ അക്കൗണ്ടിൽനിന്നാണ് ശിവൻകുട്ടിയങ്കിൾ ആ പണ മൊക്കെ ചെലവഴിച്ചേക്കുന്നത്.” തനൂജ പറഞ്ഞു.

“അതേത് അക്കൗണ്ട്?”

“അയാളുടെ തന്നെ മറ്റേതെങ്കിലും ബാങ്കിലെ അക്കൗണ്ടിൽ നിന്നാവും അതിലേക്കു പണം വരുന്നതും പോകുന്നതും. അത് എങ്ങനെയെന്നു കണ്ടുപിടിച്ചാൽ നമുക്ക് എന്തെങ്കിലുമൊരു ക്ലൂ കിട്ടിയേക്കാം.”

“അതത്ര എളുപ്പമാണോ? നമ്മൾ ചെന്നു ചോദിച്ചാൽ ഏതെ ങ്കിലും ബാങ്കുകാർ അവരുടെ കസ്റ്റമറെക്കുറിച്ചുള്ള വിവരങ്ങൾ പറഞ്ഞു തരുമോ?” ഹരിശാന്ത് ചോദിച്ചു.

“അതില്ല. പക്ഷേ, ചോദിക്കേണ്ടവർ ചോദിച്ചാൽ തരാതിരിക്കാൻ പറ്റില്ലല്ലോ...” തനൂജ ആലോചനയോടെ പറഞ്ഞു.

സത്യജിത്തായിരുന്നു അവളുടെ മനസ്സിൽ. ഹരിശാന്തിന് അതു മനസ്സിലായി.

“പൊലീസിനെ ഇടപെടുത്തണോ? നമ്മൾ എന്തെങ്കിലും പരാതി കൊടുത്താലല്ലേ അവർക്കു മൂവ് ചെയ്യാൻ പറ്റൂ. ഇവിടെ

പരാതി കൊടുക്കാൻ ആർക്കാ അവകാശം. നമുക്കില്ലല്ലോ." ഹരി ശാന്ത് ചോദിച്ചു.

"ഹരിയേട്ടൻ വിഷമിക്കാതെ. എന്തായാലും സത്യ ഹെൽപ് ചെയ്യും." തനൂജ അവനെ സമാധാനിപ്പിച്ചു.

പിറ്റേന്നു തന്നെ തനൂജ സത്യജിത്തിനെ അവന്റെ ഓഫീസിൽ എത്തി കണ്ടു. ശിവൻകുട്ടിയുടെ ബാങ്ക് സ്റ്റേറ്റ്മെന്റ് അവൾ അവനെ ഏൽപ്പിച്ചു.

"പൊലീസിനെ ഇടപെടുത്തണോന്നാ ഹരിയേട്ടൻ എന്നോടു ചോദിച്ചത്? ഹരിതയ്ക്ക് എന്തെങ്കിലും അപകടം പറ്റിക്കാണുമോ എന്നുള്ള സത്യയുടെ സംശയം ഞാൻ ഹരിയേട്ടനോടു പറഞ്ഞി ട്ടില്ല." തനൂജ പറഞ്ഞു.

"അതു നന്നായി. ഹരിതയ്ക്ക് ആപത്തൊന്നും പറ്റിയിട്ടില്ലെങ്കിൽ വെറുതെ ഹരിയേട്ടന്റെ മനസ്സ് വിഷമിപ്പിക്കേണ്ടല്ലോ."

സത്യജിത് പറഞ്ഞപ്പോൾ തനൂജയ്ക്കും ഒരു പ്രതീക്ഷ തോന്നി ഹരിതയും കുഞ്ഞും ലോകത്തിന്റെ ഏതെങ്കിലുമൊരു കോണിൽ സുഖമായി ഇരിപ്പുണ്ടാവും.

"പക്ഷേ... ഒരു കാര്യം..."

സത്യജിത് പറഞ്ഞപ്പോൾ ഉൾപ്പിടയലോടെ തനൂജ നോക്കി.

"എന്റെയൊരു ഊഹം വച്ച് സെവന്റിപേർസന്റും ഹരിത അപ കടത്തിൽ പെട്ടിരിക്കാനാ സാധ്യത." തനൂജയുടെ മനസ്സ് കരിഞ്ഞു പോയി. ഈശ്വരാ, ഹരിയേട്ടൻ ഇതെങ്ങനെ സഹിക്കും.

"ആ ഒരു ഊഹത്തിന്റെ പുറത്താ ഞാനൊരു അന്വേഷണം നട ത്താമെന്നു പറഞ്ഞത്?" സത്യജിത് പറഞ്ഞു.

"എന്തെങ്കിലും ഒരു പരാതിയില്ലാതെ അന്വേഷിക്കാൻ സാധി ക്കുമോ സത്യന്?" തനൂജ ചോദിച്ചു.

"ഇക്കാര്യത്തിൽ പരാതിയൊന്നും ആവശ്യമില്ല. സാഹചര്യങ്ങൾ വിലയിരുത്തി ഒരു പ്രാഥമിക അന്വേഷണം നടത്താൻ എനിക്കു പറ്റും, എന്തെങ്കിലും തെളിവുകൾ കിട്ടിയാൽ കേസ് റജിസ്റ്റർ ചെയ്ത് അന്വേഷണം ഫോർമലായി മൂവ് ചെയ്യിക്കാം, തൽക്കാലം ഈ ശിവൻകുട്ടിയുടെ സാമ്പത്തിക ഇടപാടുകൾ ഞാനൊന്നു പഠിക്കട്ടെ. നൂറിൽ തൊണ്ണൂറ്റഞ്ചു കേസുകളിലും സാമ്പത്തിക ഘടകങ്ങൾ ക്രൈമിനു കാരണമാകാറുണ്ട്." സത്യജിത് ആത്മവിശ്വാസത്തോടെ പറഞ്ഞു.

"ഫിറോസാണോ ഹരിതയെ അപകടപ്പെടുത്തിയത്?" തനൂജ ചോദിച്ചു.

“ഒരു ഉറപ്പും പറയാൻ പറ്റില്ലല്ലോ. ഇതൊക്കെ നമ്മുടെ ഒരു കണക്കുകൂട്ടലുകളല്ലേ. എന്തായാലും ഹരിതയെ നമ്മൾ കണ്ടെത്തും എന്നു തന്നെ താൻ കരുതിക്കോ.” സത്യജിത് പറഞ്ഞു.

അശാന്തമായ മനസ്സോടെയാണ് തനൂജ തിരിച്ചു പോന്നത്. ഏട്ടനു കൊടുത്ത ഒരു വാക്കിനു പുറകെ ഇറങ്ങി പുറപ്പെട്ടതാണ് താൻ. ഹരിയേട്ടന്റെ മനസ്സിനു സ്വാസ്ഥ്യമുണ്ടാക്കാൻ ഇറങ്ങിയിട്ട് ഒരിക്കലും മായാത്ത ഒരു മുറിവാകുമോ സമ്മാനിക്കേണ്ടി വരിക. അവൾ വ്യാകുലചിത്തയായി ആലോചനയോടെ വണ്ടിയോടിച്ചു.

സത്യജിത് പിറ്റേന്നു മുതൽ തന്റെ അന്വേഷണം ആരംഭിച്ചു. മാനന്തവാടി എസ്ഐ അനിരുദ്ധ് സത്യജിത്തിന്റെ സൗഹൃദ വലയത്തിലുള്ള ആളായിരുന്നു എന്നത് അന്വേഷണം വേഗത്തിലാകാൻ സഹായിച്ചു.

മാനന്തവാടിയിലെ ഒരു സ്വകാര്യ ബാങ്കിൽ ശിവൻകുട്ടിക്കും മകൻ ശ്രീജിത്തിനും മകൾ ഹരിതയ്ക്കും അക്കൗണ്ടുകൾ ഉള്ളതായി അനിരുദ്ധിൽ നിന്നു സത്യജിത്തിനു വിവരം ലഭിച്ചു. ആ മൂന്ന് അക്കൗണ്ടുകളുടെയും വിശദമായ സ്റ്റേറ്റ്മെന്റ് എടുക്കുവാൻ സത്യജിത് ആവശ്യപ്പെട്ടു.

അന്നു വൈകുന്നേരത്തോടെ സത്യജിത്തിന്റെ മെയിൽ ഐഡിയിലേക്കു മൂന്ന് അക്കൗണ്ടിലും നടന്ന എല്ലാ കൊടുക്കൽ വാങ്ങലുകളുടെയും റിപ്പോർട്ടുകൾ അയച്ചിട്ടുണ്ടെന്ന് അനിരുദ്ധ് വിളിച്ചു പറഞ്ഞു.

സത്യജിത് ഓഫീസിൽ തന്നെയായിരുന്നു. അയാൾ സിവിൽ പൊലീസുകാരോടു മെയിൽ ഡോക്യുമെന്റുകളുടെ എല്ലാം പ്രിന്റൗട്ട് എടുത്തുകൊണ്ടു വരാൻ ആവശ്യപ്പെട്ടു.

പൊലീസുകാരൻ പ്രിന്റുകളുമായി വന്നതോടെ സത്യജിത് ആകാംക്ഷയോടെ അവയിലേക്കു നോക്കി.

ആദ്യം ശിവൻകുട്ടിയുടെ അക്കൗണ്ട് വിവരങ്ങളാണു പരിശോധിച്ചത് പിന്നീടു ഹരിതയുടേത്. ഒടുവിൽ ശ്രീജിത്തിന്റേതും.

സത്യജിത്തിന്റെ തലച്ചോറിൽ ആലോചനകളുടെ പുകപടലങ്ങൾ നിറഞ്ഞു.

അന്നു രാത്രി തനൂജയുടെ ഫോണിലേക്ക് സത്യജിത്തിന്റെ കോൾ എത്തി. ഉയർന്ന ഹൃദയമിടിപ്പോടെയാണ് തനൂജ കോൾ എടുത്തത്.

“തനൂ, കാര്യങ്ങൾ നമ്മൾ വിചാരിച്ചതുപോലെയല്ല. ശിവൻകുട്ടിയുടെയും മക്കളുടെയും അക്കൗണ്ട് ഡീറ്റെയിൽസ് എനിക്കു കിട്ടി.“

സത്യജിത് പറഞ്ഞപ്പോൾ തനൂജയ്ക്ക് ആകാംക്ഷ ഇരട്ടിച്ചു. അവൻ പറഞ്ഞ വിവരങ്ങൾ തനൂജയെ ഞെട്ടിച്ചുകളഞ്ഞു.

ഹരിത ഒരു കോടീശ്വരി ആണെന്നുള്ളതായിരുന്നു ആദ്യത്തെ വിവരം. ഒരു കോടി അറുപത്തിരണ്ടു ലക്ഷം രൂപയായിരുന്നു ഹരിതയെ കാണാതായ ദിവസം അവളുടെ അക്കൗണ്ടിൽ ഉണ്ടായിരുന്ന തുക.

ഹരിത എക്സ്പോർട്ടേഴ്സ് എന്നൊരു സ്വകാര്യ കമ്പനിയിൽ നിന്നാണ് ആ തുക പല കാലങ്ങളിലായി അവളുടെ അക്കൗണ്ടിലേക്കു വന്നിട്ടുള്ളത്.

"എനിക്കു വിശ്വസിക്കാനാവുന്നില്ല സത്യാ. ആ കമ്പനിയും ഹരിതയുമായുള്ള ബന്ധമെന്താ?" തനൂജ ചോദിച്ചു.

"അതു നമ്മൾ അന്വേഷിക്കണം. മിക്കവാറും അതു ശിവൻകുട്ടിയുടെ തലയിലുദിച്ച തട്ടിപ്പു കമ്പനിയായിരിക്കും. എസ്റ്റേറ്റിൽ നിന്നു മുക്കുന്ന കൊള്ളമുതൽ അയാൾ മകളുടെ പേരിൽ നിക്ഷേപിക്കുന്നതാവും." സത്യജിത് പറഞ്ഞു.

"ഹരിതയെ കാണാതായ ദിവസം മുതൽ, അതായത് രണ്ടായിരത്തി പത്തൊൻപത് ജനുവരി പതിനഞ്ചു മുതൽ ഹരിത ഒപ്പിട്ട ചെക്കുകൾ ഉപയോഗിച്ച് അൻപതു ലക്ഷത്തോളം രൂപ ശ്രീജിത്തിന്റെ അക്കൗണ്ടിലേക്കു മാറ്റിയിട്ടുണ്ട്. കഴിഞ്ഞ ആഴ്ചയും ഏഴു ലക്ഷത്തിന്റെ ചെക്ക് ശ്രീജിത് പ്രസന്റ് ചെയ്തിട്ടുണ്ട്."

"അതിനർത്ഥം ഹരിതയുമായി ശ്രീജിത്തിനു കോൺടാക്ട് ഉണ്ടെന്നല്ലേ?" തനൂജ ചോദിച്ചു.

"അതു മാത്രമല്ല; ഹരിത നേരത്തേ ഒപ്പിട്ടു വച്ച ചെക്കുകൾ ഉപയോഗിച്ചു പണം എടുക്കുന്നതാവാം." സത്യജിത് പറഞ്ഞു.

ശിവൻകുട്ടിയുടെ അക്കൗണ്ടിലും ശ്രദ്ധിക്കപ്പെടേണ്ട ചില ട്രാൻസാക്ഷനുകൾ നടന്നിട്ടുണ്ട് എന്നു സത്യജിത് സൂചിപ്പിച്ചു.

"ജനുവരി മാസം ഇരുപതാം തിയതി, അതായത് ഹരിതയെ കാണാതായി അഞ്ചു ദിവസം കഴിഞ്ഞ് ഇരുപതു ലക്ഷം രൂപ ഒരു അക്കൗണ്ടിൽ നിന്നു ശിവൻകുട്ടിയുടെ അക്കൗണ്ടിലേക്ക് വന്നിട്ടുണ്ട്. പലപ്പോഴായി അയാൾ അതു പിൻവലിച്ചിട്ടുണ്ട്. ആ പണം ഉപയോഗിച്ചാവണം അയാൾ ഫിറോസിന്റെ ഉമ്മയ്ക്കു വീട് പണിതു കൊടുത്തത്."

"ആരുടെ അക്കൗണ്ടാ അത്?" തനൂജ ആകാംക്ഷയോടെ തിരക്കി.

"പറയാം. അതിനുമുൻപ് ഒരു കാര്യം കൂടിയുണ്ട്. ഇതേ അക്കൗണ്ടിൽ നിന്നു കഴിഞ്ഞ മൂന്നു വർഷത്തിനിടയ്ക്ക് പല തവണകളായി

ഇരുപത്തിയഞ്ചുലക്ഷം രൂപയോളം ഹരിതയുടെ അക്കൗണ്ടിലേക്കും വന്നിട്ടുണ്ട്."

തനൂജയ്ക്ക് ആശ്ചര്യമായി.

മൂന്നു വർഷമായി ഹരിതയ്ക്കു പണം നൽകിക്കൊണ്ടിരിക്കുന്ന ആളാണോ അവൾ ഒളിച്ചോടിപ്പോയശേഷം ശിവൻകുട്ടിയങ്കിളിനു പണം കൊടുത്തത്. എന്താണ് ഇവരുമായി അയാൾക്കുള്ള ബന്ധം?

"ആരാണ് ആ അക്കൗണ്ട് ഹോൾഡർ എന്നു പറ സത്യാ... അയാളെ പിടിച്ചാൽ നമുക്കു സത്യമറിയാമല്ലോ." തനൂജ അക്ഷമയോടെ ചോദിച്ചു.

"ആ അക്കൗണ്ട് ഹോൾഡർ ഹരിശ്രീ എക്സ്പോർട്ടേഴ്സിന്റെ മാനേജിങ് ഡയറക്ടർ മിസ്റ്റർ ചന്ദ്രകുമാറാണ്. തന്റെ അച്ഛൻ." സത്യജിത് പറഞ്ഞു.

കാതിനരികിലായി ഒരു ബോംബ് സ്ഫോടനം നടന്നുവെന്നു തനൂജയ്ക്കു തോന്നി. താൻ അനേകം കഷണങ്ങളായി ചിതറിത്തെറിച്ചുവെന്നും.

എട്ട്

ചന്ദ്രകുമാർ കഴിഞ്ഞ മൂന്നു വർഷമായി ഹരിതയുടെ അക്കൗണ്ടിലേക്ക് ഇരുപത്തിയഞ്ചു ലക്ഷത്തോളം രൂപ നിക്ഷേപിച്ചിരിക്കുന്നു. ഹരിതയെ കാണാതായതിനുശേഷം ഫിറോസിന്റെ വീടുപണിക്കായി ചെലവഴിച്ചു എന്നു പറയുന്ന തുകയും നൽകിയിരിക്കുന്നത് അച്ഛൻതന്നെയാണ് തനൂജയ്ക്ക് എത്ര ആലോചിച്ചിട്ടും ആ സമസ്യയുടെ പൊരുളെന്ത് എന്നു മനസ്സിലായില്ല. അച്ഛന് ഇക്കാര്യങ്ങളിൽ മനസ്സറിവുണ്ട് എന്ന കാര്യമാണ് അവളെ നടുക്കിക്കളഞ്ഞത്.

"തനൂ, ഞാൻ പറഞ്ഞതെന്താണെന്നു നീ കേട്ടോ?"

സത്യജിത് മറുവശത്തുനിന്ന് അനക്കമൊന്നുമില്ലാത്തതുകൊണ്ടു ചോദിച്ചു.

"ഉവ്വ്. പക്ഷേ, എനിക്കിതു വിശ്വസിക്കാനാവുന്നില്ല സത്യാ. അച്ഛനു ഹരിതയുമായി എന്താ ബന്ധം?"

"അതെന്താണെന്നു കൃത്യമായി പറയാൻ രണ്ടുപേർക്കേ പറ്റൂ. ആദ്യത്തെയാൾ അച്ഛൻതന്നെയാ. രണ്ടാമത്തെയാൾ ശിവൻകുട്ടിയും.

"നമുക്കിത് ആരോട് ചോദിക്കാൻ പറ്റും? എന്തായാലും അച്ഛനെ ചോദ്യം ചെയ്യാൻ ഞാൻ സമ്മതിക്കില്ല. സത്യാ, അങ്ങനെയൊരു അവസ്ഥ വന്നാൽ നമുക്ക് അന്വേഷണം അവസാനിപ്പിക്കാം. ഞാൻ കാരണം അച്ഛൻ പ്രതിക്കൂട്ടിലാകുന്ന അവസ്ഥ ഉണ്ടാക്കാൻ പറ്റില്ല." തനൂജ വിങ്ങലോടെ പറഞ്ഞു.

"അതെന്തൊരു നീതിയില്ലാത്ത നിലപാടാ തനൂ. സത്യമെന്തായാലും പുറത്തുവരണം. തെറ്റു ചെയ്തത് ആരായാലും ശിക്ഷിക്കപ്പെടണം. അങ്ങനെയല്ലേ ചിന്തിക്കേണ്ടത്?" സത്യജിത്ത് അനിഷ്ടത്തോടെ ചോദിച്ചു.

"അച്ഛനൊരിക്കലും തെറ്റു ചെയ്യില്ല സത്യാ. അല്ലെങ്കിൽത്തന്നെ അതിന്റെ ആവശ്യമെന്താ?"

"ഹരിയേട്ടൻ തന്റെ ജോലിക്കാരന്റെ മകളുമായി ഒരു ബന്ധമുണ്ടാക്കിയതിൽ അച്ഛന് അനിഷ്ടമുണ്ടായിക്കൂടെ? ദുരഭിമാനക്കൊലകൾ അങ്ങ് നോർത്തിന്ത്യയിൽ മാത്രമല്ല നടക്കുന്നത് എന്ന് ഓർമ വേണം."

"കഷ്ടമുണ്ട് സത്യാ, അച്ഛനതേക്കുറിച്ച് ഇപ്പോഴും യാതൊരു അറിവുമില്ല. ഹരിയേട്ടൻ മനസ്സു തകർന്നു നടക്കുന്നത് എന്തിനാണെന്ന് അറിയാതെ അച്ഛൻ എത്ര വിഷമിച്ചിട്ടുണ്ടെന്ന് എനിക്കറിയാം."

"അച്ഛൻ കുറ്റക്കാരൻ ആണെന്നല്ല പറഞ്ഞത്. അല്ലെങ്കിൽത്തന്നെ ശിവൻകുട്ടിയുടെ മകളല്ലേ ഹരിത. അവളെ ഇല്ലാതാക്കാൻ അയാൾ ഇങ്ങനെയൊരു കാരണംകൊണ്ട് തന്റെ അച്ഛനു കൂട്ടുനിൽക്കില്ല. അതെനിക്കുമറിയാം. എന്റെ ഊഹം ആർക്കുമറിയാത്ത മറ്റെന്തോ ഒരു കാരണം ഇതിനു പിന്നിലുണ്ടെന്നാ. അതെന്താണെന്ന് ഒരു സൂചനയെങ്കിലും കിട്ടണമെങ്കിൽ ഇവർ രണ്ടുപേരിൽ ആരെയെങ്കിലും ചോദ്യം ചെയ്യാൻ സാധിക്കണം."

"ശിവൻകുട്ടിയങ്കിളിനെ ചോദ്യം ചെയ്തുകൂടെ?" തനൂജ ചോദിച്ചു.

"അയാളെ കസ്റ്റഡിയിലെടുത്താൽ കുറെയേറെ വിവരങ്ങൾ കണ്ടെത്താം. പക്ഷേ, നിലവിൽ ശിവൻകുട്ടിയുടെ പേരിൽ പരാതികളൊന്നുമില്ല. നമ്മൾ ചോദ്യം ചെയ്യാൻ പോയാലും അയാൾക്കു തടിതപ്പാൻ എളുപ്പമാ." സത്യജിത്ത് പറഞ്ഞു.

"എന്തെങ്കിലുമൊരു കേസുണ്ടാക്കാൻ പറ്റുമോ? നിങ്ങൾ പൊലീസുകാർക്കു കള്ളക്കേസുണ്ടാക്കാനാണോ ബുദ്ധിമുട്ട്?" തനൂജ ചോദിച്ചു.

"സിനിമയിലൊക്കെ അത്തരം രംഗങ്ങൾ താൻ കണ്ടിട്ടുണ്ടാവും അല്ലേ? അതിനൊന്നും യാഥാർത്ഥ്യവുമായി വലിയ ബന്ധമൊന്നുമില്ലെടോ."

"പിന്നെന്തു ചെയ്യും?"

"ഞാനൊന്ന് ആലോചിക്കട്ടെ. നാളെ എന്റെ ചില ഹയറോഫിഷ്യൽസുമായി ഇക്കാര്യം ഡിസ്കസ് ചെയ്യാം. ഒരു വഴി കണ്ടുപിടിച്ചിട്ടേ ഞാൻ തന്നെ വിളിക്കൂ. ഒരു കാര്യം, ശിവൻകുട്ടിയെ കുടുക്കാൻ പറ്റിയ എന്തെങ്കിലുമൊരു വഴിയുണ്ടോ എന്നു താൻ ഹരിയേട്ടനോടു കൂടിയൊന്നു ചോദിക്ക്."

സത്യജിത് നിർദ്ദേശിച്ചിട്ടു ഫോൺ വച്ചു.

തനൂജ അപ്പോൾത്തന്നെ ഹരിശാന്തിന്റെ മുറിയിലേക്കു പോയി. ഹരിശാന്ത് രണ്ടു പെഗ് കഴിച്ചശേഷം അന്തമില്ലാത്ത ആലോചനകളുടെ

മരുപ്പരപ്പിലേക്കു മനസ്സിനെ തുറന്നുവിട്ടുകൊണ്ടു ജനലരികിൽ നിൽക്കുകയായിരുന്നു.

മുറിയിലെത്തിയതേ തനൂജ മദ്യഗന്ധം പിടിച്ചെടുത്തു.

"കഷ്ടമുണ്ട് ഹരിയേട്ടാ. എങ്ങനെയെങ്കിലും ഹരിയേട്ടന്റെ ജീവിതം സ്വസ്ഥമാക്കാൻ തല പുകയ്ക്കുകയാ ഞാൻ. അതിനിടയിൽ മദ്യസേവ. ഇതകത്തു ചെന്നാൽ എല്ലാം തികയുമോ?" തനൂജ ദേഷ്യവും സങ്കടവും സഹിക്കാനാവാതെ ചോദിച്ചു.

"ക്ഷമിക്കൂ മോളെ, കുറച്ചു ദിവസം കൂടിയാ ഞാനിന്നു കഴിച്ചത്. ഓവറൊന്നുമായിട്ടില്ല. ഒന്നുറങ്ങാൻ വേണ്ടി മാത്രമാ." ഹരിശാന്ത് തണുത്ത സ്വരത്തിൽ പറഞ്ഞു.

"എങ്കിൽ കിടന്നുറങ്ങിക്കോ. ഞാൻ പോയേക്കാം."

അവൾ പിന്തിരിഞ്ഞു പോകാനൊരുങ്ങി. ഹരിശാന്ത് അവളുടെ കൈയിൽ പിടിച്ചു നിർത്തി.

"കാര്യം പറഞ്ഞോ. അയാം പെർഫെക്ട്ലി ഓൾറൈറ്റ്."

തനൂജ വിശദീകരിക്കാനൊന്നും പോയില്ല. ശിവൻകുട്ടിയെ കുടുക്കാൻ എന്തെങ്കിലും വഴിയുണ്ടോ എന്നു സത്യജിത് ചോദിച്ചതായി മാത്രം പറഞ്ഞു.

ഹരിശാന്ത് ചിന്താധീനനായി ഏതാനും നിമിഷം നടന്നു. എസ്റ്റേറ്റുമായി ബന്ധപ്പെട്ട് എന്തെങ്കിലും പരാതിയോ ആരോപണമോ ഉന്നയിക്കണമെങ്കിൽ അച്ഛന്റെ അനുവാദം കൂടിയേ തീരൂ. ചന്ദ്രകുമാർ ഒരിക്കലും ശിവൻകുട്ടിക്ക് എതിരെ നിൽക്കില്ല. പിന്നെന്താണു വഴി?

ആലോചിച്ചുനിൽക്കെ ഹരിശാന്തിന്റെ തലയിൽ ഒരു മിന്നലടിച്ചു.

"വഴിയുണ്ടു മോളെ. നീ സത്യജിത്തിനെ വിളിക്ക്." അവൻ ആവേശത്തോടെ പറഞ്ഞു.

തനൂജ ഉദ്വിഗ്നയായി.

"എന്തു വഴി?"

"അതൊക്കെ പറയാം. നീയാദ്യം സത്യയെ വിളിക്ക്."

തനൂജ ഫോണെടുത്തു സത്യജിത്തിനു കോൾ വിട്ടു. ഹരിശാന്ത് സത്യജിത്തുമായി പത്തുമിനിറ്റോളം സംസാരിച്ചു. അവൻ കോൾ മുറിച്ചിട്ടു തനൂജയെ നോക്കി.

"സത്യ മാനന്തവാടി സ്റ്റേഷനുമായി നാളെ കോണ്ടാക്ട് ചെയ്യുമെന്ന്.

ശിവൻ കുട്ടിയങ്കിളിന്റെ കാര്യത്തിൽ ഒരു തീരുമാനമുണ്ടാകും." അവൻ ആവേശത്തോടെ പറഞ്ഞു.

തനൂജയ്ക്ക് ഒരു ഉൾക്കിടിലം അനുഭവപ്പെട്ടു. ഹരിതയിലേക്കുള്ള ദൂരം കുറഞ്ഞുവരികയാണ്. ഇതിന്റെ പര്യവസാനം എന്താകുമെന്ന് ഓർത്ത് അവൾക്ക് വേവലാതി തോന്നി.

* * *

ശനിയാഴ്ച. എസ്റ്റേറ്റിലെ ജോലിക്കാർക്കു കൂലി കൊടുക്കേണ്ട ദിവസമാണിന്ന്. ശിവൻകുട്ടി ഉച്ചയ്ക്കു മുൻപേ ബാങ്കിലേക്കു പോയി വേണ്ടത്ര പണവുമായി അയാൾ ജീപ്പിൽ തിരികെ എസ്റ്റേറ്റ് ബംഗ്ലാവിലേക്ക് വന്നു. എസ്റ്റേറ്റ് ബംഗ്ലാവിനരികിലെത്തിയപ്പോഴേ ശിവൻകുട്ടിയുടെ നെഞ്ചിലൊരു വെള്ളിടി വീണു. ബംഗ്ലാവിന്റെ മുറ്റത്തു പൊലീസ് ജീപ്പുകൾ, കാക്കിധാരികൾ മുറ്റത്തുകൂടി ചിതറി നടക്കുന്നു. അവർക്കിടയിൽ ശ്രീജിത് നിൽക്കുന്നത് ശിവൻകുട്ടി കണ്ടു ജീപ്പ് തിരിച്ച് ഓടിച്ചുപോകണമെന്ന് ആദ്യം കരുതിയെങ്കിലും ശ്രീജിത്തിനെ ഉപേക്ഷിച്ചുപോവുക വയ്യാത്തതുകൊണ്ട് ശിവൻകുട്ടി മുന്നോട്ടുതന്നെ നീങ്ങി.

പൊലീസ് ജീപ്പുകളിൽ ഒന്ന് എക്സൈസിന്റെ വാഹനമാണെന്ന് അടുത്തേക്കു ചെന്നപ്പോൾ ശിവൻകുട്ടിക്ക് മനസ്സിലായി. അയാൾ ജീപ്പ് നിർത്തി ഇറങ്ങിയപ്പോൾ മാനന്തവാടി എസ്.ഐ. അനിരുദ്ധനും എക്സൈസ് ഇൻസ്പെക്ടർ രഘുവരനും അടുത്തേക്കു വന്നു. അനിരുദ്ധിനെ ശിവൻകുട്ടിക്ക് പരിചയമുണ്ട്.

"എന്താ സാറേ, എല്ലാവരുംകൂടി ഇവിടെ?" ശിവൻകുട്ടി പരിഭ്രമമില്ലാതെ ചോദിച്ചു.

"ഒരു ഇൻഫർമേഷൻ കിട്ടി. അതു ശരിയാണോ തെറ്റാണോന്നു പരിശോധിക്കാൻ വന്നതാ. ശിവൻകുട്ടിച്ചേട്ടൻ ഒന്നു സഹകരിക്കണം." എസ്.ഐ അനിരുദ്ധ് പറഞ്ഞു.

"അതിനെന്താ, നമുക്കിവിടെ ഇല്ലീഗൽ പ്രവർത്തനങ്ങൾ ഒന്നുമില്ല. എന്ത് ഇൻഫർമേഷനാ കിട്ടിയത്?"

എസ്.ഐ., എക്സൈസ് ഇൻസ്പെക്ടർ രഘുവരനെ ഒന്നു നോക്കി. രഘുവരനാണ് സംസാരിച്ചത്.

"നിങ്ങളിവിടെ സ്വകാര്യമായി മദ്യവാറ്റ് നടത്തുന്നുണ്ട് എന്നാണ് വിവരം കിട്ടിയത്. അതു ശരിയാണോ?"

ശിവൻകുട്ടി നടുങ്ങിപ്പോയി വർഷങ്ങളായി തന്റെ ആവശ്യത്തിനുള്ള മദ്യം അയാൾ വാറ്റിയെടുക്കാറുണ്ട്. പുറമേക്കാർ ആരും

അതിൽ പങ്കുപറ്റാത്തതുകൊണ്ടു ഭയക്കേണ്ട ആവശ്യവുമില്ലായിരുന്നു.

"ഇതൊക്കെ ആരോ തെറ്റിദ്ധരിപ്പിക്കാൻ വേണ്ടി മെനഞ്ഞെടുത്ത കഥയാണ് സാർ. അങ്ങനെയൊന്നുമില്ല." ശിവൻകുട്ടി പരിഭ്രമം മറച്ചു പറഞ്ഞു.

"ഇല്ലെങ്കിൽ നല്ലത്. എന്തായാലും പരാതി കിട്ടിയ സ്ഥിതിക്കു ഞങ്ങൾക്ക് ഒന്നു പരിശോധിക്കണം." രഘുവരൻ പറഞ്ഞു.

"അതിനെന്താ. നടക്കട്ടെ."

എസ്.ഐയും ഇൻസ്പെക്ടറും പൊലീസുകാർക്കു പരിശോധന തുടങ്ങാനുള്ള നിർദ്ദേശങ്ങൾ കൊടുത്തു. ശിവൻകുട്ടി ഫോണിൽ ചന്ദ്രകുമാറിന്റെ നമ്പർ എടുത്തു. എസ്.ഐ. അനിരുദ്ധ് ഫോൺ വാങ്ങി വച്ചു.

"റെയ്ഡ് കഴിയുന്നതുവരെ നിങ്ങൾ ആരെയും വിളിക്കണ്ട. ഇറ്റ്സ് ജസ്റ്റ് എ ഫോർമാലിറ്റി."

ശിവൻകുട്ടിയുടെ നെറ്റിയിൽ വിയർപ്പുചാലുകൾ തെളിഞ്ഞു. അയാൾ ശ്രീജിത്തിനെ നോക്കി. ശ്രീജിത്തിന്റെ മുഖത്ത് ആശങ്കകൾ നിറഞ്ഞിരുന്നു.

'പേടിക്കാനൊന്നുമില്ല' എന്നു ശിവൻകുട്ടി മകനെ കണ്ണടച്ചു കാട്ടി.

ഏതാണ്ടു പതിനഞ്ചു മിനിറ്റോളം കഴിഞ്ഞപ്പോൾ പൊലീസുകാർ ബംഗ്ലാവിനു പുറത്തേക്കു വന്നു.

അവരിൽ ഒരാൾ ഇൻസ്പെക്ടർ രഘുവരന് അരികിലെത്തി സ്വകാര്യമായി സംസാരിച്ചു.

"അയാളെയും കൊണ്ട് അകത്തേക്കു വാ." രഘുവരൻ എസ്.ഐ. അനിരുദ്ധിനോടു നിർദേശിച്ചു.

ശിവൻകുട്ടിയുമായി എസ്.ഐ. അകത്തേക്കു നീങ്ങി.

ബംഗ്ലാവിന്റെ പിന്നിൽ ഒരു സ്റ്റോർ റൂമുണ്ടായിരുന്നു. പൂട്ടിയിട്ടിരിക്കുന്ന അതിന്റെ താഴ് പൊലീസുകാർ തകർത്തു വാതിൽ തുറന്നിരുന്നു. ശിവൻകുട്ടിക്ക് നെഞ്ചിലൊരു ആന്തൽ അനുഭവപ്പെട്ടു.

പൊലീസുകാർ മറ്റൊരിടത്തും കാര്യമായ പരിശോധനകൾ നടത്താതെ നേരിട്ടു സ്റ്റോർറൂമിലേക്കു ചെന്നിരിക്കുകയാണ്. അതിന്റെ അർത്ഥം അവർക്കു കൃത്യമായ ഇൻഫർമേഷൻ കിട്ടിയിരിക്കുന്നു എന്നല്ലേ. ആരാണ് ഒറ്റിയതെന്നു ശിവൻകുട്ടിക്ക് മനസ്സിലായില്ല.

അനിരുദ്ധ് ശിവൻകുട്ടിയെ സ്റ്റോർ റൂമിനകത്തേക്കു കയറ്റി. കേടു വന്ന പണിയായുധങ്ങളും ഫർണിച്ചറുകളും മാത്രം സൂക്ഷിച്ചിരുന്ന സാമാന്യം വിസ്താരമുള്ള ഒരു ഹാൾ മുറിക്ക് തുല്യമായിരുന്നു സ്റ്റോർ റൂം. അതിന്റെ ഒരു മൂലയിലായി ടാർപോളിൻ മുടി സൂക്ഷിച്ചിരുന്ന വാറ്റുപകരണങ്ങളും കന്നാസുകളിലാക്കി സൂക്ഷിച്ച ഇരുപതു ലിറ്ററോളം ചാരായവും പൊലീസ് കണ്ടെത്തിയിരിക്കുന്നു.

“ഇതിനെക്കുറിച്ച് എന്താ നിങ്ങൾക്കു പറയാനുള്ളത്?” ഇൻസ്പെക്ടർ രഘുവരൻ ചോദിച്ചു.

“എനിക്കൊന്നുമറിയില്ല സാർ. ഇതാരോ മനഃപൂർവം എന്നെ കുടുക്കാനായി ഇവിടെ കൊണ്ടുവന്നു വച്ചതാണ്.”

ശിവൻകുട്ടി പറഞ്ഞുതീർന്നതും പടക്കം പൊട്ടുന്നതുപോലെ അയാളുടെ ചെകിട്ടത്ത് അടി വീണു. രഘുവരൻ കയ്യൊന്നു കുടഞ്ഞിട്ട് ശിവൻകുട്ടിയുടെ കോളറിൽ കുത്തിപ്പിടിച്ചു.

“നാ.... ന്റെ മോനേ... വിളച്ചിലെടുക്കുന്നോടാ.”

ശിവൻകുട്ടി അന്ധാളിച്ചു നിന്നു. എക്സൈസ് സംഘം വാറ്റു ചാരായവും വാറ്റുപകരണങ്ങളും പിടിച്ചെടുത്തു. സ്റ്റോർ റൂം പൂട്ടി സീൽ വച്ചു. അവർ ശ്രീജിത്തിനെ കസ്റ്റഡിയിലെടുക്കാൻ ഒരുങ്ങിയപ്പോൾ ശിവൻകുട്ടി എതിർത്തു.

“ഞാനാ ഇവിടത്തെ മാനേജർ. ഇതിന്റെ ഉത്തരവാദിത്തം എനിക്കാ. അവനെ വെറുതെ വിട്.”

“എന്ത് വേണമെന്നു ഞങ്ങൾക്കറിയാം. തൽക്കാലം രണ്ടും ജീപ്പിൽ കേറ്.” ഇൻസ്പെക്ടർ രഘുവരൻ അറിയിച്ചു.

ശിവൻകുട്ടിയെയും ശ്രീജിത്തിനെയും എക്സൈസ് സംഘം, എക്സൈസ് ഓഫീസിലേക്കാണ് കൊണ്ടുപോയത്. കേസ് റജിസ്റ്ററാക്കിയ ശേഷം മറ്റൊരു ജീപ്പിൽ കയറ്റി മാനന്തവാടി പൊലീസ് സ്റ്റേഷനിലേക്കു കൊണ്ടുപോയി. എസ്.ഐ. അനിരുദ്ധിനും സംഘത്തിനും മുൻനിശ്ചയപ്രകാരം എക്സൈസ് സംഘം ശിവൻകുട്ടിയെയും ശ്രീജിത്തിനെയും കൈമാറി.

“എനിക്കു വക്കീലിനെ വിളിക്കണം. ഫോൺ ഒന്നു തരണം.” ശിവൻകുട്ടി പൊലീസുകാരോട് ആവശ്യപ്പെട്ടു.

“തിരക്കു കൂട്ടണ്ട. ഇന്നു ശനിയാഴ്ചയല്ലേ. നാളെ ഞായറാഴ്ചയും. മറ്റെന്നാൾ പൊതുഅവധിയുമാ. സമാധാനമായിട്ട് ആരെയാണെന്നു വെച്ചാൽ വിളിക്കാം.” ഒരു പൊലീസുകാരൻ പരിഹാസസ്വരത്തിൽ പറഞ്ഞു.

“നിങ്ങൾ സമ്മതിച്ചാൽ മതി. മജിസ്ട്രേട്ടിന്റെ വീട്ടിൽ ഹാജരാക്കി വക്കീൽ ജാമ്യമെടുപ്പിച്ചോളും.”

“ഞങ്ങൾ സമ്മതിക്കില്ലല്ലോ.” എസ്.ഐ. അനിരുദ്ധ് പരിഹാസച്ചിരിയോടെ പറഞ്ഞു.

ശിവൻകുട്ടി നിരാശനായി.

തനൂജയും ഹരിശാന്തും സത്യജിത്തിന്റെ ഓഫീസിലായിരുന്നു. എസ്.ഐ. അനിരുദ്ധിന്റെ കോൾ വന്നപ്പോൾ സത്യജിത് മൊബൈലുമെടുത്തു പുറത്തേക്കു പോയി. തനൂജയും ഹരിശാന്തും ആകാംക്ഷയോടെ ഇരുന്നു. സന്തോഷവാനായാണ് സത്യജിത് മടങ്ങി വന്നത്.

“ഓപ്പറേഷൻ ആദ്യഘട്ടം സക്സസ്. ശിവൻകുട്ടി കസ്റ്റഡിയിലായിക്കഴിഞ്ഞു.”

അവൻ തനൂജയോടും ഹരിശാന്തിനോടുമായി പറഞ്ഞു.

ഹരിശാന്ത് നൽകിയ വിവരമാണ് ശിവൻകുട്ടിയുടെ വാറ്റു കേന്ദ്രത്തെ കണ്ടെത്താൻ സഹായകമായത്. അവൻ അഭിലാഷിനൊപ്പം പോയപ്പോൾ കണ്ടതായിരുന്നു അത് .

“ഞാൻ കൂടി മാനന്തവാടിക്കു പോകുവാ. നാളെ രാവിലെ ചോദ്യം ചെയ്യൽ ആരംഭിക്കും.” സത്യജിത് പറഞ്ഞു.

“ഞങ്ങളും വരാം. ഹരിതയെ പറ്റുമെങ്കിൽ നാളെത്തന്നെ കണ്ടുപിടിക്കാമല്ലോ.”

ഹരിശാന്ത് ഉത്സാഹവാനായി. തനൂജയുടെയും സത്യജിത്തിന്റെയും മുഖങ്ങൾ മങ്ങി. ഹരിതയെ കണ്ടെത്താനായില്ലെങ്കിൽ ഹരിശാന്തിനോട് എന്തു മറുപടി പറയും?

“വേണ്ട ഏട്ടാ. സത്യ ചെല്ലട്ടെ. ആവശ്യം വന്നാൽ മാത്രം നമ്മൾ പോയാൽ മതിയല്ലോ.” തനുജ ഇടപെട്ടു.

സത്യജിത്ത് കൂടി അതു ശരിവച്ചപ്പോൾ ഹരിശാന്ത് മനസ്സില്ലാമനസ്സോടെ തന്റെ തീരുമാനം മാറ്റി. വൈകുന്നേരംതന്നെ സത്യജിത് തന്റെ ജീപ്പിൽ വയനാടിനു പുറപ്പെട്ടു.

* * *

പൊലീസ് ക്വാർട്ടേഴ്സിനോടു ചേർന്നുള്ള ഒരു ഗസ്റ്റ്ഹൗസിൽ വച്ചായിരുന്നു പൊലീസ് സംഘം ശിവൻകുട്ടിയെ ചോദ്യം ചെയ്തത്. ശിവൻകുട്ടിയെക്കുറിച്ചുള്ള പ്രാഥമിക വിവരങ്ങൾ ചോദിച്ചറിഞ്ഞതും റെക്കോർഡ് ചെയ്തതും എസ്.ഐ. അനിരുദ്ധായിരുന്നു. താൻ

ചന്ദ്രകുമാറിനൊപ്പം ജോലി ചെയ്യാൻ തുടങ്ങിയിട്ടു പതിനാറു വർഷത്തോളമായി എന്നു ശിവൻകുട്ടി പറഞ്ഞു. മാനന്തവാടിയിലെ എസ്റ്റേറ്റ് വാങ്ങിയിട്ട് പതിനൊന്നു വർഷത്തോളമായി. ആരംഭകാലം മുതൽ എസ്റ്റേറ്റിന്റെ ചുമതല തനിക്കായിരുന്നു എന്നും ശിവൻകുട്ടി പറഞ്ഞു. പൊതുവായ ഏതാനും ചോദ്യങ്ങൾ കൂടി ചോദിച്ചിട്ട് എസ്.ഐ. അനിരുദ്ധ് എഴുന്നേറ്റു.

സീറ്റിൽ ശിവൻകുട്ടി അസ്വസ്ഥതയോടെ ഇരുന്നു. ഇന്നലെ ലോക്കപ്പ് മുറിയുടെ തണുത്ത തറയിൽ തഴപ്പായയിൽ കൊതുകുകടിയുമേറ്റു കിടന്നതിനാൽ അയാളുടെ ഉറക്കം ശരിയായിരുന്നില്ല. കണ്ണുകൾ പുളിക്കുകയും വയറ്റിൽ വിശപ്പിന്റെ മുരൾച്ച ഉണരുകയും ചെയ്തു. ഒരു നിഴൽ മുറിയിലേക്ക് പ്രവേശിച്ചതുപോലെ തോന്നിയപ്പോൾ ശിവൻകുട്ടി തലയുയർത്തി നോക്കി. ആറടിയോളം ഉയരമുള്ള സുമുഖനായ ഒരു ഓഫീസർ വരുന്നത് അയാൾ കണ്ടു. സത്യജിത് ശിവൻകുട്ടിക്ക് അഭിമുഖമായി കസേരയിൽ വന്നിരുന്നു.

“എന്റെ പേര് സത്യജിത്. എനിക്കു ശിവൻകുട്ടിയോടു കുറച്ചു കാര്യങ്ങൾ ചോദിക്കാനുണ്ട്. സത്യസന്ധമായി കാര്യങ്ങൾ പറഞ്ഞാൽ നമുക്കീ സെഷൻ വേഗം അവസാനിപ്പിക്കാം. മര്യാദയോടെയുള്ള സംസാരമാണ്.” ശിവൻകുട്ടിക്ക് ആശ്വാസമനുഭവപ്പെട്ടു.

“സാർ... ഞാനൊരു തെറ്റും ചെയ്തിട്ടില്ല. ഇത് എസ്റ്റേറ്റിലെ ഏതോ പണിക്കാർ ചെയ്ത പണിയാ. ആ സ്റ്റോർ റൂം ആരും ഉപയോഗിക്കാറുപോലുമില്ല.”ശിവൻകുട്ടി പറഞ്ഞു.

“അതവിടെ നിൽക്കട്ടെ. എനിക്കറിയാനുള്ളതു ശിവൻകുട്ടിയുടെ ഫാമിലിയെക്കുറിച്ചാ. ശ്രീജിത്തിനെ കൂടാതെ ഒരു മകൾ കൂടിയില്ലേ ശിവൻകുട്ടിക്ക്. ഹരിത.”

ഒറ്റ നിമിഷം കൊണ്ടു ശിവൻകുട്ടിയുടെ മുഖത്തു ജാഗ്രത നിറയുന്നതു സത്യജിത് തിരിച്ചറിഞ്ഞു. അയാൾ മുഖം തുടച്ചു.

“ഉവ്വ്. അവളുമായി ഈ കേസിനെന്താ സാർ ബന്ധം?” ശബ്ദം പതറാതിരിക്കാൻ ശ്രദ്ധിച്ചു കൊണ്ടു ശിവൻകുട്ടി ചോദിച്ചു.

“ബന്ധമുണ്ടോന്നു നോക്കട്ടെ. ചോദിക്കുമ്പോൾ എല്ലാം ചോദിക്കട്ടെ. ഹരിത ഇപ്പോ എവിടെയാ?”

“മോൾടെ കല്യാണം കഴിഞ്ഞു സാർ. അവളിപ്പോ ഭർത്താവിന്റെ വീട്ടിലാ.”

“ആരാ, ഹരിതയുടെ ഭർത്താവ്? എവിടാ അവരു താമസിക്കുന്നത്?”

"ഫിറോസെന്നാ ഭർത്താവിന്റെ പേര്. കർണാടകയിലെവിടെയോ താമസിക്കുവാ. എനിക്കു കൃത്യമായി അറിയില്ല."

"അതെന്താ. മകൾ താമസിക്കുന്ന സ്ഥലം അച്ഛനറിയാതെ വരുമോ?"

"അവൾ സ്നേഹിച്ച് ഒളിച്ചോടിപ്പോയതാ. ഞാനുമായി ഒരു ബന്ധവുമില്ല."

"അതുശരി. ഹരിതയുടെ അമ്മ എവിടെ? മരിച്ചുപോയോ?"

"അതും അറിയില്ല സാർ."

"ഓഹോ, തനിക്കെന്താ അറിയാവുന്നത്?"

"സാർ, അവൾ എന്നെയും മക്കളെയും ഉപേക്ഷിച്ചുപോയതാ." ശിവൻകുട്ടി പറഞ്ഞു.

"അതെന്താ കാരണം, തന്റെ കയ്യിലിരിപ്പ് അത്ര മോശമായിരുന്നോ?" സത്യജിത് ചോദിച്ചു.

"സാർ, ഞാൻ നേരത്തേ ചെന്നൈയിലായിരുന്നു. അവിടെ ലൊക്കേഷനിലേക്കു വണ്ടി ഓടീരായിരുന്നു പണി."

"സിനിമയോ സീരിയലോ?"

"സിനിമയാണ് സാർ."

ശിവൻകുട്ടി തന്റെ കഥ വിശദീകരിച്ചു:

സിനിമാ ലൊക്കേഷനിൽ വച്ചു കണ്ടുമുട്ടിയ മലയാളിയായ ഒരു ജൂനിയർ ആർട്ടിസ്റ്റുമായി ശിവൻകുട്ടി സ്നേഹത്തിലായി. ജയറാണി എന്നായിരുന്നു അവരുടെ പേര്. തന്റെ അച്ഛന്റെയും അമ്മയുടെയും മരണശേഷം അമ്മാവനോടൊപ്പം സിനിമാനഗരത്തിൽ ഭാഗ്യം പരീക്ഷിക്കാനെത്തിയതായിരുന്നു അവർ. വലിയൊരു നടിയായി തീരേണ്ട ജയറാണി കേവലമൊരു ഡ്രൈവറുമായി പ്രണയത്തിലായതിൽ അമ്മാവൻ എതിർപ്പു പ്രകടിപ്പിച്ചു. ജയറാണി എല്ലാ എതിർപ്പുകളും അവഗണിച്ചു ശിവൻകുട്ടിയോടൊപ്പം താമസമാക്കി. ആ ബന്ധത്തിൽ ഒരാൺകുട്ടിയും പെൺകുട്ടിയും ജനിച്ചു.

ഹരിതയ്ക്ക് ഒരു വയസ്സായപ്പോൾ പട്ടിണിയും ദാരിദ്ര്യവും ശ്വാസംമുട്ടിച്ചതിനാൽ ജയറാണി കുടുംബജീവിതം അവസാനിപ്പിച്ചു. മക്കളെ രണ്ടുപേരെയും ഉപേക്ഷിച്ച് ശിവൻകുട്ടിയിൽനിന്നു വേർപെട്ടുപോയി. നിരാശനായ ശിവൻകുട്ടി തന്റെ കുട്ടികളുമായി നാട്ടിലേക്ക് പോരുകയായിരുന്നു. അയാളുടെ അമ്മ ജീവിച്ചിരിപ്പുണ്ടായിരുന്നു. അമ്മയുടെ പക്കൽ മക്കളെ ഏൽപ്പിച്ചു ശിവൻകുട്ടി ജോലിയന്വേഷിച്ചു പുറപ്പെട്ടു. പലയിടത്തു മാറിമാറി ജോലി ചെയ്ത

ശിവൻകുട്ടി അവിചാരിതമായി ചന്ദ്രകുമാറിനെ പരിചയപ്പെടുകയും വിശ്വസ്തനായി മാറുകയും ചെയ്തു.

"ഈ ജയറാണി ഇപ്പോഴെവിടെയുണ്ട്. വലിയ സിനിമാനടിയായോ?" സത്യജിത് ചോദിച്ചു.

"അറിയില്ല സാർ. ഞാൻ പിന്നീട് അവളെക്കുറിച്ച് അന്വേഷിച്ചിട്ടില്ല." ശിവൻകുട്ടി പറഞ്ഞു.

"ശരി. ഹരിതയെക്കുറിച്ചു പറ. നിങ്ങൾ അവളെയും ഭർത്താവിനെയും പിന്നീടു കോൺടാക്ട് ചെയ്തിട്ടില്ലേ?"

"ഇല്ല സാർ. ഞങ്ങളെ ധിക്കരിച്ച് ഇറങ്ങിപ്പോയതല്ലേ അവൾ. അങ്ങനെയൊരു മകളില്ല." ശിവൻകുട്ടി തറപ്പിച്ചു പറഞ്ഞു.

"ശരി. മകളില്ല. പിന്നെ മരുമകനുമായി നിങ്ങൾക്കെന്താ ബന്ധം? നിങ്ങളെന്തിനാ അവനെ കൂടെക്കൂടെ കാണുന്നത്. സഹായങ്ങൾ ചെയ്യുന്നത്?" സത്യജിത് ചോദിച്ചു.

"ആരാ ഈ അസംബന്ധമൊക്കെ പറഞ്ഞത്? എനിക്ക് അവനുമായി യാതൊരു ബന്ധവുമില്ല." ശിവൻകുട്ടി വെറുപ്പോടെ പറഞ്ഞു.

സത്യജിത് ഒന്നു പുഞ്ചിരിച്ചു. "അനിരുദ്ധ്, അവരെയിങ്ങു കൊണ്ടു വാ."

സത്യജിത് പറഞ്ഞപ്പോൾ ശിവൻകുട്ടി ഉദ്വേഗത്തോടെ തലയുയർത്തി. എസ്.ഐ. അനിരുദ്ധ് മുറിയിലേക്കു വന്നു. പിന്നാലെ വീൽച്ചെയറിൽ ആസിയുമ്മയെ വനിതാ പൊലീസുകാരി തള്ളിക്കൊണ്ടുവന്നു. കടലാസുപോലെ ശിവൻകുട്ടിയുടെ മുഖം വിളറി.

"എല്ലാ കഥകളും എനിക്കറിയാം ശിവൻകുട്ടീ. ഫിറോസിന്റെ വീടുപണി തീർത്തതും മാസാമാസം ഒരു നല്ല തുക നിങ്ങൾ ഇവർക്കു ഫിറോസ് നൽകുന്നതാണെന്നും പറഞ്ഞു നൽകുന്നതും ഒക്കെ എനിക്കറിയാം. പറഞ്ഞോ. എന്തു രഹസ്യമാ നിങ്ങൾ ഒളിപ്പിക്കാൻ ശ്രമിക്കുന്നത്?"

ശിവൻകുട്ടി ഒരക്ഷരം മിണ്ടാതെയിരുന്നു.

"ശിവൻകുട്ടീ, മറ്റു ചില കാര്യങ്ങൾ കൂടി ഞാൻ പറയാം. ഒളിച്ചോടിപ്പോകുമ്പോൾ ഹരിതയുടെ അക്കൗണ്ടിൽ ഒരു കോടി അറുപത്തിരണ്ടു ലക്ഷം രൂപയുണ്ടായിരുന്നു. അതിൽ ഇരുപത്തിയഞ്ചു ലക്ഷം രൂപയോളം ചന്ദ്രകുമാർ മൂന്നു വർഷമായി നിക്ഷേപിച്ചതാണ്. ഹരിത പോയതിനുശേഷം ഇരുപതു ലക്ഷം രൂപയോളം നിങ്ങളുടെ അക്കൗണ്ടിലേക്കും ചന്ദ്രകുമാർ നിക്ഷേപിച്ചിട്ടുണ്ട്. ആ പണം ഉപയോഗിച്ചാണ് നിങ്ങൾ ഫിറോസിനു വീടുവച്ചു കൊടുത്തത്. ഹരിതയുടെ അക്കൗണ്ടിൽ കിടക്കുന്ന ബാക്കി തുക നിങ്ങൾ

അനധികൃതമായി സമ്പാദിച്ചതാണ്. ഇത്രയും കാര്യങ്ങൾ അറിഞ്ഞു കൊണ്ടാണ് ഞാൻ നിങ്ങളുടെ മുമ്പിലിരിക്കുന്നത്."

സത്യജിത് പറഞ്ഞപ്പോൾ ശിവൻകുട്ടി തരിച്ചിരിക്കുകയാണ്. വ്യാജവാറ്റ് കേസ് ഒരു ട്രാപ്പ് മാത്രമാണ് എന്നു ശിവൻകുട്ടിക്കു മനസ്സിലായി.

സത്യജിത് ഒരു ഫയൽ എടുത്തു തുറന്നു. സൈബർ സെല്ലിൽ നിന്നു കളക്ട് ചെയ്ത കോൾ ഡീറ്റയിൽസായിരുന്നു അതിനുള്ളിൽ. അയാൾ പേപ്പർ ഷീറ്റുകൾ അയാൾക്കു മുമ്പിൽ നിവർത്തി.

"ഞങ്ങൾ ഹരിതയുടെ മൊബൈൽ നമ്പർ ഡീറ്റയിൽസ് പരിശോധിച്ചപ്പോൾ വ്യക്തമായ കാര്യങ്ങൾ പറയാം. ജനുവരി പതിനഞ്ചാം തീയതി രാവിലെയാണ് അവളുടെ അവസാന കോൾ ഹരിശാന്ത് എന്നയാളുടെ നമ്പറിലേക്കു പോയത്. പിന്നീട് അതിൽനിന്നു മറ്റൊരു കോളും പോയിട്ടില്ല.

സത്യജിത് അടുത്ത പേപ്പർ ഷീറ്റെടുത്തു.

"ഇതു ഫിറോസിന്റെ കോൾ ഡീറ്റയിൽസ്. പതിനഞ്ചാം തീയതി രാത്രി നിങ്ങളുടെ നമ്പറിൽനിന്ന് അയാളുടെ നമ്പരിലേക്ക് ഒരു കോൾ പോയിട്ടുണ്ട്. അതിനുശേഷം പലതവണ അയാൾ നിങ്ങളെ വിളിച്ചിട്ടുണ്ട്. മൂന്നുമാസത്തിനു മുൻപാണ് അയാളെ നിങ്ങൾ അവസാനമായി വിളിച്ചത്. പിന്നീട് ഇന്നുവരെ അയാളുടെ നമ്പർ ഓണായിട്ടില്ല. എന്താ ഇതിന്റെയൊക്കെ അർത്ഥം?"

ശിവൻകുട്ടിയുടെ നെറ്റിയിൽനിന്നു വിയർപ്പുതുള്ളികൾ ഇറ്റു വീണു.

"എനിക്കറിയേണ്ട കാര്യങ്ങൾ ഇത്രേയുള്ളൂ." സത്യജിത് വിരലുയർത്തി.

"ഒന്ന്. ജനുവരി പതിനഞ്ചിനു ശേഷം ഹരിതയ്ക്ക് എന്തു സംഭവിച്ചു? രണ്ടുമൂന്നു മാസത്തിനുശേഷം ഫിറോസ് എവിടെ അപ്രത്യക്ഷനായി? അവസാനത്തെ ചോദ്യം. നിങ്ങളുടെ മുതലാളി ചന്ദ്രകുമാറിന് ഈ സംഭവപരമ്പരകളുമായി എന്താണു ബന്ധം?"

താൻ കുടുങ്ങി എന്നു ശിവൻകുട്ടിക്ക് ഉറപ്പായിക്കഴിഞ്ഞിരുന്നു.

"സത്യം തുറന്നു പറയുന്നതാണ് നിങ്ങൾക്കു നല്ലത്. വെറുതെ ഞങ്ങളെ മെനക്കെടുത്തരുത്." സത്യജിത് താക്കീതുപോലെ പറഞ്ഞു.

ശിവൻകുട്ടി പുകയുന്ന തലച്ചോറിൽ ഒരു രക്ഷാവാതിൽ തിരഞ്ഞു. പ്രതീക്ഷിക്കാത്ത വേഗത്തിൽ സത്യജിത്ത് ചാടിയെണീറ്റ് അയാളുടെ കഴുത്തിൽ കുത്തിപ്പിടിച്ചുയർത്തി.

"എന്താടാ നിനക്കു വാ തുറക്കാനിത്ര വിഷമം. മര്യാദയ്ക്കു പറഞ്ഞോ. ഹരിതയോ ഫിറോസോ ഈ ഭൂമിയിൽ എവിടെയെങ്കിലും ജീവനോടെയുണ്ടോ?"

സത്യജിത് അയാളെ പിടിച്ചുലച്ചിട്ട് പിന്നിലേക്ക് തള്ളിക്കൊണ്ടു പോയി ഭിത്തിയിലേക്ക് ഇടിപ്പിച്ചു നിർത്തി.

ശിവൻകുട്ടിക്കു ശ്വാസം മുട്ടി.

"ഞാൻ പറയാം. ഞാൻ പറയാം."

അയാൾ ശ്രമപ്പെട്ടു വാ തുറന്നു. സത്യജിത് ഒരു നിമിഷം വീർപ്പടക്കി.

ഒമ്പത്

എല്ലാം പറയാം എന്നു ശിവൻകുട്ടി സമ്മതിച്ചതോടെ സത്യജിത് അയാളെ തിരികെ സീറ്റിലിരിക്കാൻ അനുവദിച്ചു. ആസിയുമ്മയെ തിരികെ കൊണ്ടുപൊയ്ക്കൊള്ളാൻ സത്യജിത് വനിതാ ഓഫീസറോടു നിർദ്ദേശിച്ചു.

"സാറേ, എന്റെ മോനെന്തെങ്കിലും പറ്റിയോ?" ആസിയുമ്മ വിറയാർന്ന ശബ്ദത്തിൽ സത്യജിത്തിനോടു തിരക്കി.

"ഒന്നുമില്ലമ്മ.. തൽക്കാലം പൊയ്ക്കോ."

സത്യജിത് അവരെ ആശ്വസിപ്പിച്ചു പറഞ്ഞയച്ചു.

വീൽചെയർ ഉരുണ്ടുപോയതോടെ സത്യജിത് തിരികെ തന്റെ കസേരയിൽ വന്നിരുന്നു.

"പറഞ്ഞോ ശിവൻകുട്ടീ. ചോദ്യങ്ങളിൽ ആദ്യത്തേതു ഞാൻ ആവർത്തിക്കാം. ചന്ദ്രകുമാറും ഹരിതയുമായി എന്താണു ബന്ധം? അവിടെനിന്നു തുടങ്ങിക്കോ."

ശിവൻകുട്ടി ഒന്ന് ആലോചിച്ചു. പിന്നെ താണസ്വരത്തിൽ പറഞ്ഞുതുടങ്ങി.

"ഹരിതയോട് ചന്ദ്രകുമാർസാറിന് ആദ്യംമുതലേ ഒരു പ്രത്യേക വാത്സല്യമായിരുന്നു. അവളുടെ പഠനത്തിനും മറ്റാവശ്യങ്ങൾക്കുമെല്ലാം കണക്കിൽ കവിഞ്ഞു സഹായിക്കുമായിരുന്നു."

"എന്താ അതിന്റെ ലക്ഷ്യം? വെറുതെ ആരെങ്കിലും പത്തിരുപത്തഞ്ചു ലക്ഷം രൂപ ഒരു പെൺകുട്ടിക്കു കൊടുക്കുമോ?" സത്യജിത് ചോദിച്ചു

"എന്തിനാണെന്ന് ഞാൻ ചോദിച്ചിട്ടില്ല. കിട്ടുന്ന സഹായങ്ങൾ വേണ്ടെന്നും പറഞ്ഞിട്ടില്ല. പക്ഷേ, ഹരിതയെ സാർ ഒരുപാടു സ്നേഹിക്കുന്നുണ്ട് എന്നെനിക്കറിയാമായിരുന്നു."

സത്യജിത് അർത്ഥഗർഭമായി ഒന്നു തലയാട്ടി.

"കാശുള്ളവന്റെ സ്നേഹം ഏതുതരമായാലും തനിക്കു കുഴപ്പ മില്ലായിരുന്നു അല്ലേ?"

"സാറിനെ ധിക്കരിച്ച് എനിക്കൊന്നും പറയുവാൻ പറ്റില്ലായി രുന്നു. അദ്ദേഹം വിചാരിച്ചാൽ തീർന്നുപോകാവുന്ന സൗഭാഗ്യ ങ്ങളേ എനിക്കുണ്ടായിരുന്നുള്ളൂ."

"വിശദീകരിക്കേണ്ട. ബാക്കികൂടി പറ."

"അങ്ങനെയിരിക്കെ ഒരു ദിവസം ഹരിതമോള് തലകറങ്ങി വീണു. ആശുപത്രിയിൽ കൊണ്ടുപോയപ്പോഴാ അവൾ ഗർഭിണി യാണെന്ന് അറിയുന്നത്. ഞാൻ ചന്ദ്രകുമാർ സാറിനെ വിളിച്ചു കാര്യം പറഞ്ഞു.

"അതെന്തിനാ താൻ അങ്ങനെ വിളിച്ചത്? സാധാരണ ഇത്തരം സംഭവങ്ങൾ ഉണ്ടായാൽ ഇരുചെവിയറിയാതെ ഒതുക്കിത്തീർക്കുക യല്ലേയുള്ളൂ."

"അവളുടെ കാര്യങ്ങളെല്ലാം സാറല്ലേ നോക്കുന്നത്. ഞാൻ വിവരം പറഞ്ഞപാടേ സാർ കാറുമെടുത്തു പാഞ്ഞുവന്നു."

"എന്നിട്ട്?"

"ഹരിതയെ മുറിയിൽ കയറ്റി കുറെ ചോദ്യം ചെയ്തു. ഞാൻ പുറത്തു നിൽക്കുകയായിരുന്നു. അടിയുടെ ശബ്ദവും കരച്ചിലു മൊക്കെ കേൾക്കാമായിരുന്നു."

"സ്വന്തം മോളെ അന്യനൊരുത്തൻ തല്ലിയിട്ടു താൻ കാവൽ നിന്നു അല്ലേ. കൊള്ളാം."

"അവൾ തെറ്റു ചെയ്താൽ ശിക്ഷിക്കാനുള്ള അധികാരം ചന്ദ്രൻ സാറിനുണ്ടായിരുന്നു. കുറച്ചു സമയം കഴിഞ്ഞു സാർ പുറത്തേക്കു വന്നു. ഹരിത ബോധംകെട്ടു കട്ടിലിൽ കിടക്കുന്നതു ഞാൻ കണ്ടു."

"അവൾക്കു ജീവനുണ്ടായിരുന്നോ?" സത്യജിത് അമർഷ ത്തോടെ ചോദിച്ചു.

"സത്യം പറഞ്ഞാൽ എനിക്കറിയില്ല സാർ. ചന്ദ്രൻസാർ എന്നോടു പറഞ്ഞു, ഫിറോസിനെ വിളിക്കാൻ. അവൻ സാറിന്റെ വിശ്വസ്തനാ യിരുന്നു. ഞാൻ അനുസരിച്ചു. ഫിറോസ് വരാൻ പതിനഞ്ചു മിനി റ്റോളം സമയമെടുത്തു. അതിനിടയിൽ സാർ എന്നോടു പറഞ്ഞു ഹരിതയെ ഇവിടുന്നു മാറ്റുവാണ്. ഇനിയും ഇവിടെ നിന്നാൽ എല്ലാ വർക്കും അപകടമാണെന്ന്."

ശിവൻകുട്ടി പറഞ്ഞപ്പോൾ സത്യജിത് അയാളെ സൂക്ഷിച്ചു നോക്കിയിരുന്നു.

“ഫിറോസ് വന്നപ്പോൾ ചന്ദ്രൻസാർ അവനെ മാറ്റിനിർത്തി സംസാരിച്ചു. എന്താണ് പറഞ്ഞതെന്ന് എനിക്കറിയില്ല. ഒടുവിൽ ഫിറോസും ചന്ദ്രകുമാർസാറുംകൂടി ഹരിതയെ താങ്ങിയെടുത്തു സാറിന്റെ കാറിൽ കയറ്റി എവിടേക്കോ പോയി. പിന്നീടൊരിക്കലും ഞാനെന്റെ മോളെ കണ്ടിട്ടില്ല.”

“അവരെപ്പോഴാ മടങ്ങിവന്നത്?”

“ഒന്നുരണ്ടു മണിക്കൂർ കഴിഞ്ഞുകാണും.”

“തന്റെ മകൾ ഫിറോസിനൊപ്പം ഒളിച്ചോടി എന്ന കഥ ആരു മെനഞ്ഞതാ.”

“ചന്ദ്രകുമാർ സാർ. അദ്ദേഹമാ പറഞ്ഞത് എല്ലാവരോടും ഹരിത ഫിറോസിനൊപ്പം പോയതാണ് എന്നു പറഞ്ഞാൽ മതിയെന്ന്. ഫിറോസിനും അതു സമ്മതമാണെന്നാ ചന്ദ്രകുമാർ സാർ പറഞ്ഞത്.”

“ആ കള്ളക്കഥയ്ക്കു വിളക്കുപിടിച്ചതിനാണ് താൻ ഫിറോസിനു വീടുവച്ചു കൊടുത്തതും സാമ്പത്തികസഹായം നൽകിയതും അല്ലേ?”

“അതെ.”

സത്യജിത് ആലോചനയോടെ ഏതാനും നിമിഷം ഇരുന്നു.

“ഹരിത ഇപ്പോൾ എവിടെയുണ്ടെന്നാ തന്റെ നിഗമനം?”

“അറിയില്ല സാർ. ചന്ദ്രകുമാർ സാർ തന്നെ അവളെ എവിടെയെങ്കിലും രഹസ്യമായി താമസിപ്പിച്ചിരിക്കുകയാവണം.”

“എന്തിനാ അയാൾ അങ്ങനെ ചെയ്യുന്നത്? എന്തെങ്കിലുമൊരു കാരണം വേണ്ടേ?”

“ഹരിതയുടെ കുഞ്ഞിന്റെ അച്ഛൻ ചന്ദ്രകുമാർ സാറിന്റെ മകൻ ഹരിശാന്താണ് സാർ. അവരുടെ കുടുംബത്തിന്റെ അഭിമാനം സംരക്ഷിക്കാനാവും അവളെ രഹസ്യമായി താമസിപ്പിച്ചിരിക്കുന്നത്.”

“തന്റെ മകളെ ചന്ദ്രകുമാർ സാർ കൊന്നുകളയില്ലെന്ന് എന്താടോ ഉറപ്പ്?”

“സാർ ഒരിക്കലും അങ്ങനെ ചെയ്യില്ല. ചന്ദ്രകുമാർസാറിന് അവളെ വലിയ കാര്യമായിരുന്നു.”

“ഞാനിതൊക്കെ തന്റെ സാറിനോടു വിളിച്ചു ചോദിക്കാൻ പോകുവാ. സാർ ഹരിതയെവിടേന്നു കാണിച്ചുതരുമോ?”

“സാധ്യതയില്ല സാർ. ചന്ദ്രകുമാർസാർ ഒന്നും തനിക്കറിയില്ലെന്നേ

പറയൂ. സാറിന്റെ രോമത്തേൽപോലും തൊടാൻ നിങ്ങൾക്കു പറ്റില്ല." ശിവൻകുട്ടി പറഞ്ഞു.

സത്യജിത് ഒന്നു പുഞ്ചിരിച്ചു. "നമുക്കു നോക്കാം."

അവൻ സീറ്റിൽ നിന്നെഴുന്നേറ്റു പുറത്തേ ക്കു പോയി. എസ്.ഐ. അനിരുദ്ധ് മുറിക്കു വെളിയിൽ കാത്തുനിൽപുണ്ടായിരുന്നു.

"എന്തായി കാര്യങ്ങൾ? സത്യമൊക്കെ അയാൾ തുറന്നു പറഞ്ഞോ?" അനിരുദ്ധ് ആകാംക്ഷയോടെ ചോദിച്ചു.

"എവിടെ... കണക്ടഡ് ആയി കുറേ കാര്യങ്ങൾ പറഞ്ഞു. അതിൽ സത്യത്തിന്റെ അംശം എന്തുമാത്രമുണ്ടെന്നു പരിശോധിച്ചറിയണം. എന്തായാലും താനെനിക്ക് ഒരുപകാരം ചെയ്തുതരണം. ഒരു ഇന്റിമേഷൻ കൊടുക്കണം. എസ്റ്റേറ്റ് ഓണർ മിസ്റ്റർ ചന്ദ്രകുമാറിന്. കള്ളവാറ്റുകേസിൽ അയാളുടെ മാനേജരെ അറസ്റ്റ് ചെയ്തിട്ടുണ്ടെന്നും ചന്ദ്രകുമാർകൂടി പ്രതിപ്പട്ടികയിൽ ഉണ്ടെന്നും.

"അതിലൊരു കുഴപ്പമുണ്ടു സാർ. എസ്റ്റേറ്റ് ചന്ദ്രകുമാർസാറിന്റെ ഭാര്യയുടെ പേരിലാണ്. മിസ്സിസ് ലളിതശ്രീ."

സത്യജിത്തിന് അതു പുതിയ അറിവായിരുന്നു.

"പിന്നെന്തു ചെയ്യും? നമുക്കു ചന്ദ്രകുമാറിനെ ഇവിടെ വരുത്തണമല്ലോ."

"ഒരു വഴിയുണ്ട് സാർ. ആ ജീപ്പ് മിസ്റ്റർ ചന്ദ്രകുമാറിന്റെ പേരിലാണ്. അതിൽ വാറ്റുചാരായം കൊണ്ടുപോയെന്നോ മറ്റോ എഴുതിച്ചേർത്താൽ പോരേ."

അനിരുദ്ധ് പറഞ്ഞപ്പോൾ സത്യജിത് അഭിനന്ദനഭാവത്തിൽ അവനെ നോക്കി.

"കൊള്ളാം. ബുദ്ധി ആവശ്യത്തിൽ കൂടുതലുണ്ട്."

എസ്.ഐ. അനിരുദ്ധ് പുഞ്ചിരിച്ചു.

"അപ്പോൾ താമസിക്കേണ്ട. ഇപ്പോൾത്തന്നെ ഇന്റിമേഷൻ കൊടുത്തോ. വൈകീട്ടത്തേക്ക് അവരിവിടെ എത്തണം." സത്യജിത് പറഞ്ഞു.

എസ്.ഐ. അനിരുദ്ധ് തലയിളക്കി.

ചന്ദ്രകുമാറിനെ ചോദ്യം ചെയ്യാൻ വിളിപ്പിക്കുകയാണ് എന്ന വിവരം സത്യജിത് വിളിച്ചുപറഞ്ഞപ്പോൾ തനൂജയ്ക്ക് ദേഷ്യമായി.

"നിങ്ങൾ പൊലീസുകാർ ഇത്രയ്ക്ക് വിഡ്ഢികളാണോ. ആ കള്ളൻ പറയുന്ന നുണയെല്ലാം വിശ്വസിച്ച് അച്ഛനെ പ്രതിയാക്കാൻ നോക്കുകയാണോ?" അവൾ ക്ഷോഭത്തോടെ ചോദിച്ചു.

“ശിവൻകുട്ടി പറഞ്ഞതൊക്കെ നുണയാണോ സത്യമാണോ എന്നു തന്റെ അച്ഛനു തെളിയിക്കാൻ പറ്റുമല്ലോ. പിന്നെന്തിനാ ദേഷ്യപ്പെടുന്നത്?”

“ഞാനാണല്ലോ ഈ കുരിശിന്റെ പിന്നാലെ പോകാൻ തീരുമാനിച്ചത്. എന്നിട്ടിപ്പോ ഉള്ള സമാധാനംകൂടി പോകുന്ന അവസ്ഥയിലായി.”

“തൽക്കാലം താൻ കൂടുതൽ വിവരങ്ങളൊന്നും അച്ഛനെ അറിയിക്കണ്ട. ശിവൻകുട്ടിയുടെ യഥാർത്ഥ മുഖമെന്താണെന്ന് ഇവിടെവച്ച് അദ്ദേഹം മനസ്സിലാക്കട്ടെ.”

“ഞങ്ങളും കൂടി വരുന്നുണ്ട് സത്യാ.” തനൂജ പറഞ്ഞു.

“അച്ഛനൊപ്പം വരേണ്ട. ഹരിയേട്ടനെയും കൂട്ടി മറ്റൊരു വണ്ടിയിൽ പോന്നാൽ മതി.”

“അതെന്തിനാ?

“യാത്രയ്ക്കിടയിൽ തനിക്ക് അച്ഛനോട് ഒന്നും തുറന്നുപറയാൻ തോന്നണ്ട. മുൻധാരണകൾ ഒന്നുമില്ലാതെയേ അദ്ദേഹം ഇവിടെ വരാവൂ. ആർക്കും നുണകൾ പറഞ്ഞു പഠിക്കാൻ സമയം കൊടുക്കരുതെന്നാ എന്റെ തിയറി.”

“എന്റച്ഛൻ കള്ളം പറയില്ല.” തനൂജ ഉറപ്പോടെ പറഞ്ഞു.

“എനിക്കും അങ്ങനെത്തന്നെ കേൾക്കാനാ ഇഷ്ടം.”

സത്യജിത് കോൾ മുറിച്ചു.

തനൂജയുടെ മനസ്സിൽ ആശങ്കയുടെ കുമിളുകൾ മുളച്ചുപൊന്തിക്കൊണ്ടിരുന്നു. എല്ലാം കൈവിട്ടു പോവുകയാണെന്നൊരു ഉൾഭയം അവളെ ഗ്രസിച്ചു.

* * *

ഓഫീസിലേക്കു പോയ ചന്ദ്രകുമാർ പത്തര മണിയായപ്പോൾ തിരിച്ചു വന്നു. ലളിതശ്രീ ആശ്ചര്യത്തോടെയാണ് ഭർത്താവിനെ സ്വീകരിച്ചത്.

“ഇതെന്താ പോയതുപോലെ ഇങ്ങു തിരിച്ചുവന്നത്?” ലളിതശ്രീ ചോദിച്ചു.

“എന്നെ മാനന്തവാടി സ്റ്റേഷനിൽനിന്നു വിളിച്ചു. ആ ശിവൻകുട്ടിയെ വാറ്റുചാരായക്കേസിൽ പൊലീസ് പിടിച്ചെന്ന്.” ചന്ദ്രകുമാർ ക്ഷോഭത്തോടെ പറഞ്ഞു.

ലളിത്രശ്രീയുടെ മുഖത്ത് ആശങ്കയായി.

“ഓരോരോ മെനക്കേടുകൾ. ഇന്നു ഞായറാഴ്ചയല്ലേ. നാളെ പബ്ലിക് ഹോളിഡേ. ജാമ്യമെടുക്കാൻപോലും പറ്റില്ല. രണ്ടു ദിവസം അവധി കിട്ടിയപ്പോൾ കണക്കുകളൊക്കെ ഒന്നു പരിശോധിക്കാ മെന്നു കരുതി ഇരുന്നതാ. എല്ലാം നശിപ്പിച്ചു.”

ചന്ദ്രകുമാറിന് ഓർത്തിട്ട് അമർഷം തീരുന്നില്ല.

ലളിതശ്രീ എന്തു പറയണമെന്നറിയാതെ നിൽക്കുകയാണ്.

“നീയും ഒരുങ്ങിക്കോ. ഡോക്യുമെന്റ്സെല്ലാം നിന്റെ പേരിലല്ലേ. സ്റ്റേഷനിൽ ചെല്ലേണ്ടി വരും.”

ചന്ദ്രകുമാർ പറഞ്ഞപ്പോൾ ലളിതശ്രീക്കു പരിഭ്രമമായി.

“യ്യോ... ഞാൻ എന്തു ചെയ്യാനാ?”

“ചെയ്യേണ്ടതൊക്കെ ഞാൻ ചെയ്തോളാം. വന്നാൽ മതി”

“ഹരിക്കുട്ടനോട് ഒന്നു പറയട്ടെ.”

ലളിതശ്രീ വേഗം ഹരിശാന്തിന്റെ മുറിയിലേക്കു പോയി. മുറി യിൽ തനൂജയും ഹരിശാന്തും ആലോചനയോടെ ഇരിക്കുകയായി രുന്നു. തനൂജ ഹരിശാന്തിനോടു സത്യജിത് വിളിച്ച കാര്യം പറഞ്ഞി രുന്നു.

ലളിതശ്രീ മുറിയിലെത്തി പരിഭ്രമത്തോടെ മക്കളോടു കാര്യം പറഞ്ഞു. തനൂജയ്ക്കു വല്ലായ്മയായി. ഹരിശാന്ത് ലളിതശ്രീയെ ആശ്വസിപ്പിച്ചു.

“പേടിക്കാനൊന്നുമില്ലമ്മേ. അമ്മയെ ആരും ഉപദ്രവിക്കുകയോ ചീത്ത പറയുകയോ ഒന്നുമില്ല.”

“നിനക്ക് ആരെയെങ്കിലും പരിചയമുണ്ടെങ്കിൽ ഒന്നു വിളിച്ചു പറയിക്കെടാ. സ്വാധീനമുള്ളവരു പറഞ്ഞാൽ പൊലീസുകാരു കേൾക്കും. അച്ഛനോടു പറഞ്ഞിട്ടു കാര്യമില്ലല്ലോ. ആരുടെയെങ്കിലും റെക്കമന്റേഷൻ അദ്ദേഹം ചോദിക്കുവോ.”

“എന്റമ്മേ, ധൈര്യമായിട്ടു പൊയ്ക്കോ. ഞാൻ വിളിച്ചു പറയി ച്ചോളാം.” ഹരിശാന്ത് പറഞ്ഞു.

ലളിതശ്രീ പരിഭ്രമമടക്കി മുറിയിൽ നിന്നു പോയി.

“നീ സത്യയെ വിളിച്ചു പറ. അമ്മയ്ക്ക് ബുദ്ധിമുട്ടൊന്നും ഉണ്ടാ ക്കരുതെന്ന്.” ഹരിശാന്ത് നിർദേശിച്ചു.

“അച്ഛന്റെ കാര്യമെന്താ ഹരിയേട്ടൻ പറയാത്തത്?” തനുജ ചോദിച്ചു.

"ഉപ്പു തിന്നിട്ടുള്ളവർ അല്പം വെള്ളം കുടിക്കേണ്ടി വരട്ടെ. അച്ഛനെന്തിനാ അയാൾക്കു കൂട്ടുനിൽക്കാൻ പോയത്?"

സത്യാവസ്ഥകളൊന്നും അറിയാതെ ഹരിശാന്ത് പറഞ്ഞു.

അവന്റെ ധാരണ ശിവൻകുട്ടിയുടെ വാറ്റുകേസുമായി ബന്ധപ്പെട്ട് അച്ഛനെ വിളിപ്പിച്ചതാണ് എന്നാണ്. ഹരിതയുമായി ചന്ദ്രകുമാറിനു ബന്ധമുണ്ടെന്നോ അതിന്മേൽ ചോദ്യം ചെയ്യാൻ വിളിപ്പിക്കുകയാണെന്നോ അവന് അറിയില്ല. എല്ലാമറിയുന്ന തനൂജ മാത്രം ഉൾവേവോടെ നിന്നു.

അവൾ സത്യജിത്തിനെ വിളിച്ചു ലളിതാമ്മയ്ക്കു ബുദ്ധിമുട്ടുകളൊന്നും ഉണ്ടാക്കരുതെന്നു പ്രത്യേകം ഓർമ്മിപ്പിച്ചു.

* * *

ചന്ദ്രകുമാറും ലളിതശ്രീയും മാനന്തവാടി പൊലീസ് സ്റ്റേഷനിൽ എത്തിയപ്പോൾ ആറര മണി കഴിഞ്ഞിരുന്നു. ചന്ദ്രകുമാർ ശിവൻകുട്ടിയെ അന്വേഷിച്ചു.

പൊലീസുകാർ അവരെ ഗസ്റ്റ് ഹൗസിലേക്കു കൂട്ടിക്കൊണ്ടുപോയി. ലളിത്രശീയെ പുറത്തിരുത്തിയിട്ട് എസ്.ഐ. അനിരുദ്ധ് ചന്ദ്രകുമാറിനെയും കൂട്ടി സത്യജിത്തിന് അരികിലെത്തി. തനൂജയ്ക്ക് വിവാഹാലോചന നടക്കുന്ന സമയത്ത് സത്യജിത്തിനെ ഫോട്ടോയിൽ കണ്ട് പരിചയമുണ്ടായിരുന്നു ചന്ദ്രകുമാറിന്.

സത്യജിത് സൗഹാർദഭാവത്തിലായിരുന്നില്ല ചന്ദ്രകുമാറിനോടു സംസാരിച്ചത്.

"വ്യക്തിപരമായ എല്ലാ ബന്ധങ്ങളും മാറ്റിനിർത്തിയേ എനിക്കിപ്പോൾ താങ്കളോടു സംസാരിക്കാൻ പറ്റൂ. ഇതെന്റെ ഡ്യൂട്ടിയാണെന്നു മാത്രം കരുതിയാൽ മതി." സത്യജിത് പറഞ്ഞു.

ചന്ദ്രകുമാറിന്റെ മുഖം മങ്ങി.

"എന്താ സംസാരിക്കാനുള്ളത്? എന്റെ മാനേജർ ഒരു തെറ്റു ചെയ്തു. എറണാകുളത്തു താമസിക്കുന്ന എനിക്കതിൽ മനസ്സറിവുണ്ടെന്നാണോ നിങ്ങൾ കരുതുന്നത്? അല്ലെങ്കിൽത്തന്നെ ഇത്തരം കേസുകൾ എക്സൈസ് ഡിപ്പാർട്ടുമെന്റല്ലേ കൈകാര്യം ചെയ്യുന്നത്?" ചന്ദ്രകുമാർ ചോദിച്ചു.

"ഇതു വെറും വാറ്റുചാരായക്കേസാണെന്നു കരുതണ്ട. എനിക്കു നിങ്ങളോടു സംസാരിക്കാനുള്ളത് ഹരിതയെക്കുറിച്ചാണ്."സത്യജിത് പറഞ്ഞു.

ചന്ദ്രകുമാറിന്റെ മുഖത്ത് ഒരു അമ്പരപ്പ് ദൃശ്യമായി.

"ഹരിതയോ? ഏതു ഹരിത?"

"നിങ്ങൾക്ക് എത്ര ഹരിതമാരെ അറിയാം?" സത്യജിത് തിരിച്ചു ചോദിച്ചു.

ചന്ദ്രകുമാർ ഓർമ്മയിൽ ഒന്നു പരതി നോക്കി. ആരുമില്ല.

"ശിവൻകുട്ടിയുടെ മകൾ ഹരിതയെക്കുറിച്ചാണ് ഞാൻ സംസാരിക്കുന്നത്."

സത്യജിത് പറഞ്ഞപ്പോൾ ചന്ദ്രകുമാറിന് ഓർമ്മ കിട്ടി.

"ആ... ഹരിതയോ... അവളെക്കുറിച്ചെന്താ എന്നോടു ചോദിക്കാനുള്ളത്?"

"നിങ്ങൾക്ക് അവളെക്കുറിച്ച് എന്തൊക്കെ അറിയാം? തുറന്നു പറഞ്ഞോ."

"ആ കുട്ടി ഒരു ഓട്ടോക്കാരൻ പയ്യനൊപ്പം ഒളിച്ചോടിപ്പോയതല്ലേ. ഞാനും ശിവൻകുട്ടിയും അവളെ അന്വേഷിച്ചു ദോണിക്കുപ്പവരെ പോയിട്ടുണ്ട്. പ്രത്യേകിച്ചു വിവരമൊന്നും കിട്ടാതെ തിരിച്ചു പോരേണ്ടി വന്നു." ചന്ദ്രകുമാർ പറഞ്ഞു.

സത്യജിത് നിഷേധാർത്ഥത്തിൽ തലയിളക്കി.

"ഈ കഥയൊന്നും ഇനി ചെലവാകില്ല. ശിവൻകുട്ടി സംഭവിച്ചതെല്ലാം ഞങ്ങളോടു തുറന്നു പറഞ്ഞു. ജനുവരി പതിനഞ്ചാം തീയതി രാത്രി നിങ്ങളും ഫിറോസുംകൂടി അവളെ എവിടേക്കാണ് കൊണ്ടുപോയതെന്നു മാത്രം പറഞ്ഞാൽ മതി."

ചന്ദ്രകുമാറിന്റെ മുഖത്ത് അമ്പരപ്പു നിറഞ്ഞു.

"നിങ്ങളെന്തൊക്കെയാണ് പറയുന്നത്? നോൺസെൻസ്. ഞാനാ കുട്ടിയെ പലതവണ കണ്ടിട്ടുണ്ട്. നല്ലതുപോലെ ഒന്നു സംസാരിച്ചിട്ടു പോലുമില്ല. എവിടുന്നു കിട്ടി ഈ അസംബന്ധ കഥകളൊക്കെ?"

ചന്ദ്രകുമാർ ചോദിച്ചപ്പോൾ സത്യജിത്തിനു സംശയമായി. ആരാണു കള്ളം പറയുന്നത്?

"ഇൻസ്പെക്ടർ, നിങ്ങൾക്ക് എന്നെക്കുറിച്ച് എന്തെങ്കിലും സംശയമുണ്ടെങ്കിൽ നേരിട്ടു ചോദിക്ക്. ആരെങ്കിലും പറയുന്ന കള്ളക്കഥകൾക്കു സമാധാനം പറയലല്ല എന്റെ ജോലി." ചന്ദ്രകുമാർ ഉറച്ച സ്വരത്തിൽ പറഞ്ഞു.

"ഇത് ആരെങ്കിലും പറഞ്ഞ കഥയല്ല. നിങ്ങളുടെ മാനേജർ ശിവൻകുട്ടി പറഞ്ഞതാ. നിങ്ങൾ മറുപടി പറഞ്ഞേ പറ്റൂ." സത്യജിത് പറഞ്ഞു

“ശിവൻകുട്ടിയോ... അവനെന്തു പറഞ്ഞു?” ചന്ദ്രകുമാർ അമ്പ രപ്പും അവിശ്വസനീയതയും കലർന്ന സ്വരത്തിൽ ചോദിച്ചു.

സത്യജിത്തിനു ശിവൻകുട്ടി പറഞ്ഞ കഥ മുഴുവനായും ചന്ദ്ര കുമാറിനോടു പറയേണ്ടി വന്നു.

ചന്ദ്രകുമാറിന്റെ മുഖത്ത് അമർഷം നിറഞ്ഞു.

“പലരും പറഞ്ഞു എന്നു പറഞ്ഞു നിങ്ങൾ പല കഥകളും മെന ഞ്ഞെടുത്തു ഭാവനയിൽനിന്നു പറയും. കട്ടവനെ കിട്ടിയില്ലെങ്കിൽ കിട്ടിയവനെ പ്രതിയാക്കണമല്ലോ.” ചന്ദ്രകുമാർ ചോദിച്ചു.

“താങ്കൾ ഉദ്ദേശിക്കുന്നതുപോലെ ഇതത്ര നിസ്സാര സംഭവമല്ല. ഞങ്ങളുടെ ഊഹം ശരിയാണെങ്കിൽ ഹരിതയും ഫിറോസും ഇതി നകം കൊല്ലപ്പെട്ടുകഴിഞ്ഞു. ആര് എങ്ങനെ, എന്തിന്, എവിടെവച്ചു കൊലപ്പെടുത്തി എന്നുമാത്രം ഇനി കണ്ടുപിടിച്ചാൽ മതി.”

സത്യജിത്തിന്റെ വാക്കുകളിൽനിന്ന് ഒരു നടുക്കം ചന്ദ്രകുമാറിന്റെ മുഖത്തേക്കു പടർന്നു.

“നിങ്ങൾ എന്തൊക്കെ പറഞ്ഞാലും എനിക്കിതിൽ മനസ്സറി വൊന്നുമില്ല. ഹരിതയുമായി ഒരു ബന്ധവുമില്ല.” ചന്ദ്രകുമാർ തീർത്തു പറഞ്ഞു.

“നിങ്ങളുടെ മകന്റെ കുഞ്ഞിനെയാണ് ഹരിത ഗർഭം ധരിച്ചിരി ക്കുന്നത് എന്നു നിങ്ങൾക്ക് അറിയാമോ?” സത്യജിത് ചോദിച്ചു.

“വാട്ട് എ നോൺസെൻസ്. എന്റെ മകൻ അവളെ കണ്ടിട്ടുപോലു മില്ല.” ചന്ദ്രകുമാർ തീർത്തു പറഞ്ഞു.

അയാളോടു കൂടുതൽ ചോദ്യങ്ങളൊന്നും ചോദിച്ചിട്ടു കാര്യ മില്ല എന്നു സത്യജിത്തിനു തോന്നി

ചന്ദ്രകുമാറിന്റെ പ്രതികരണങ്ങളിലൊന്നും നാടകീയത കലർ ന്നിട്ടുമില്ല എന്നത് അവനെ ആശയക്കുഴപ്പത്തിലാക്കി.

സത്യജിത് ടേബിളിനു മീതെയിരുന്ന ഒരു ഫയലെടുത്തു നിവർത്തി അതിനുള്ളിൽനിന്നു ബാങ്ക് സ്റ്റേറ്റ്മെന്റിന്റെ പേപ്പറുകൾ പുറത്തെടുത്തു.

“എന്തിനാണ് നിങ്ങൾ മൂന്നുവർഷത്തിനിടകൊണ്ട് 25 ലക്ഷം രൂപ ഹരിതയുടെ അക്കൗണ്ടിലേക്ക് ഇട്ടുകൊടുത്തത്? ശിവൻകുട്ടി യുടെ അക്കൗണ്ടിലേക്ക് ജനുവരി ഇരുപത്തൊന്നിന് 20 ലക്ഷം രൂപ നൽകിയിട്ടുണ്ട്. ആ പണമുപയോഗിച്ചാണ് അയാൾ ഫിറോസിനു വീടു പണിതു നൽകിയത്. ഇതൊക്കെ എന്തിനു വേണ്ടിയാണ്?”

സത്യജിത് പേപ്പറുകൾ നീട്ടി.

ചന്ദ്രകുമാർ അതു വാങ്ങിയിട്ട് വേവലാതിയോടെ നോക്കി. പിന്നെ സത്യജിത്തിന്റെ നേർക്കു മുഖമുയർത്തി.

"ഇത്... ഇത് ചതിയാണ്. ഞാനല്ല ഈ പണം ട്രാൻസ്ഫർ ചെയ്തിരിക്കുന്നത്." ചന്ദ്രകുമാർ വിറപൂണ്ട സ്വരത്തിൽ പറഞ്ഞു.

സത്യജിത്തിന്റെ നെറ്റിയിൽ ഞരമ്പുകൾ തിണർത്തു.

"പിന്നെ... ആര്?" സ്വയമറിയാതെതന്നെ അവന്റെ സ്വരത്തിൽ ഒരു ത്രസിപ്പുണ്ടായി.

ചന്ദ്രകുമാർ മുഖം താഴ്ത്തി.

* * *

ഹരിശാന്തും തനൂജയും ആദ്യം മാനന്തവാടി സ്റ്റേഷനിലാണ് എത്തിയത്. സമയം ഏഴര കഴിഞ്ഞിരുന്നു. സത്യജിത് നിർദ്ദേശിച്ച പ്രകാരം പൊലീസുകാർ അവർക്കു ഗസ്റ്റ് ഹൗസിലേക്കുള്ള വഴി പറഞ്ഞു കൊടുത്തു. ഹരിശാന്ത് ഗസ്റ്റ് ഹൗസിലേക്കു കാർ വിട്ടു. അവർ കയറിച്ചെല്ലുമ്പോൾ ലളിതശ്രീ ഹാളിലെ കസേരയിൽ തനിച്ചിരിപ്പുണ്ട്. വാതിൽക്കൽ ഒരു സിവിൽ പൊലീസുകാരൻ നിൽപുണ്ടായിരുന്നു.

തനൂജയെയും ഹരിശാന്തിനെയും കണ്ട് ലളിതശ്രീ എഴുന്നേറ്റു വന്നു.

"അച്ഛനെന്തിയേ അമ്മേ?" ഹരിശാന്ത് ചോദിച്ചു

"അകത്തുണ്ട്. ഇത്ര നേരമായിട്ടും അവരുടെ ചോദ്യം ചെയ്യൽ കഴിഞ്ഞിട്ടില്ല." ലളിതശ്രീ വല്ലായ്മയോടെ പറഞ്ഞു.

"ലളിതാമ്മയ്ക്കു വിശക്കുന്നുണ്ടോ. വല്ലതും മേടിപ്പിക്കണോ?" തനൂജ ചോദിച്ചു.

"ഒന്നും വേണ്ട. ആരോടെങ്കിലും പറഞ്ഞ് അച്ഛനെ ഇങ്ങ് ഇറക്കിക്കൊണ്ടുവന്നാൽ മതി." ലളിതശീ പറഞ്ഞു.

എസ്.ഐ. അനിരുദ്ധ് വാതിൽ കടന്നു വന്നു.

"നിങ്ങളോട് അകത്തേക്കു ചെല്ലാൻ പറഞ്ഞു." തനൂജയും ഹരിശാന്തും സംശയിച്ചു നോക്കി.

"നിങ്ങളോടല്ല. ഈ സ്ത്രീയോട്. മിസ്സിസ് ചന്ദ്രകുമാറിനോട്."

ലളിത്രശ്രീക്കു പരിഭ്രമമായി.

"അമ്മയെന്തിനാ വരുന്നത്? ബുദ്ധിമുട്ടിക്കരുതെന്നു ഞാൻ സത്യയോടു പറഞ്ഞിരുന്നതാണല്ലോ." തനൂജ ചോദിച്ചു.

“സാറാ വിളിപ്പിച്ചത്. എന്തോ ചോദിക്കാനാ.”

ഹരിശാന്തും ലളിതശ്രീക്കൊപ്പം ചെല്ലാൻ തയ്യാറായി.

“വേണ്ട. ഇവർ തനിച്ചു മതി.” എസ്.ഐ. അവനെ തടഞ്ഞു.

ലളിതശ്രീ തനിച്ച് അകത്തേക്കു നീങ്ങി. ഹരിശാന്തും തനൂജയും അമ്പരപ്പോടെ നിന്നു.

അകത്തെ മുറിയിൽ വെളിച്ചം കുറവാണെന്നു ലളിതശ്രീക്കു തോന്നി, വായുവിനു തണുപ്പു കൂടുതലാണെന്നും. സാരിത്തുമ്പെടുത്തു ചുമലിലൂടെ പുതച്ചുകൊണ്ട് അവർ സത്യജിത്തിനു മുമ്പിലെത്തി. മുറിയിൽ സത്യജിത്തിനെ കൂടാതെ ഒരു വനിതാ പൊലീസുകാരിയും ഉണ്ടായിരുന്നു.

“അമ്മ ഇരിക്ക്.” സത്യജിത് കസേര ചൂണ്ടിക്കാണിച്ചു.

ലളിതശ്രീ ഇരുന്നു.

“എന്നെ മനസ്സിലായോ? ഞാൻ തനൂജയെ വിവാഹമാലോചിച്ചു വന്ന ആളാ.” സത്യജിത് പറഞ്ഞു.

ലളിതശ്രീ പുഞ്ചിരിച്ചു.

“മനസ്സിലായില്ല. ഫോട്ടോയിൽ കണ്ടിട്ടല്ലേയുള്ളൂ.”

സത്യജിത് മന്ദഹസിച്ചു.

“അച്ഛനെവിടെ?” ലളിതശ്രീചോദിച്ചു.

“ഇപ്പോ വരും. അതിനു മുമ്പ് എനിക്ക് ഒരു കാര്യം ചോദിക്കാനുണ്ട്. അമ്മയ്ക്ക് ഹരിതയെ അറിയാമോ?”

“ഉവ്വ്. ശിവൻകുട്ടീടെ മകളല്ലേ?”

“അതെ. അവളുടെ അമ്മ സിനിമയിലെ ഒരു ജൂനിയർ ആർട്ടിസ്റ്റായിരുന്നു. ജയറാണി. അമ്മയ്ക്ക് ജയറാണിയെ അറിയുമോ?”

ലളിതശ്രീയുടെ നെറ്റിയിൽ വിയർപ്പുമണികൾ പൊടിഞ്ഞു.

“ഇല്ല.” വിറയാർന്ന സ്വരത്തിൽ ലളിതശ്രീ പറഞ്ഞു.

സത്യജിത് ഫയൽ തുറന്ന് ഒരു ഫോട്ടോ പുറത്തെടുത്തു. അതവൻ ടേബിളിലേക്കു വച്ചു. ലളിതശ്രീ അതിലേക്കു നോക്കി. അൽപവസ്ത്രധാരിണിയായ ഒരു പെൺകുട്ടിയുടെ ബ്ലാക്ക് ആൻഡ് വൈറ്റ് ഫോട്ടോ.

“ഇതാണ് ജയറാണി. ഹരിതയുടെ അമ്മ. ലളിതശ്രീക്കു ശരീരമാകെ ചുട്ടുപഴുത്തുവെന്നു തോന്നി.

“ഇനി ഞാൻ ചോദിക്കുന്നതിന് അമ്മ വ്യക്തമായ മറുപടി തരണം. ഈ ജയറാണിയും അമ്മയും തമ്മിൽ എന്താണു ബന്ധം?

എന്തിനാണ് ആരുമറിയാതെ ജയറാണിയുടെ മകൾ ഹരിതയ്ക്ക് നിങ്ങൾ പണം നൽകിക്കൊണ്ടിരുന്നത്? ആർക്കു വേണ്ടിയാണ് സ്വന്തം ഭർത്താവിന്റെ അക്കൗണ്ടിൽനിന്ന് ആരുമറിയാതെ ശിവൻകുട്ടിയുടെ അക്കൗണ്ടിലേക്ക് ഇരുപതുലക്ഷം രൂപ ട്രാൻസ്ഫർ ചെയ്തത്?"

ലളിതശ്രീ നീരാവി പാറുന്ന കണ്ണുകളോടെ സത്യജിത്തിനെ നോക്കി.

"ജയറാണിയുടെ മകൾ ഹരിതയെ നിങ്ങളാണോ കൊലപ്പെടുത്തിയത്?" സത്യജിത് അവസാനത്തെ ആണിയും അടിച്ചു.

പത്ത്

ലളിതശ്രീയുടെ മുൻപിൽ പിടിച്ചുനിൽക്കാൻ കച്ചിത്തുരുമ്പുകൾ ഒന്നും അവശേഷിച്ചിരുന്നില്ല. എല്ലാം അവർക്ക് സത്യജിത്തിന്റെ മുമ്പിൽ തുറന്നുപറയാനേ നിവൃത്തിയുണ്ടായിരുന്നുള്ളൂ.

ആ കഥ ബാല്യത്തിൽ നിന്നേ ആരംഭിച്ചു. അച്ഛനെ കണ്ട ഓർമ്മയില്ലാതെയാണ് ലളിതശ്രീ വളർന്നത്. പതിനൊന്നാമത്തെ വയസ്സിൽ അമ്മയെയും നഷ്ടപ്പെട്ടു. അമ്മയുടെ ഏകസഹോദരൻ ഭാസ്കരമാമൻ അവിവാഹിതനായി കഴിയുകയായിരുന്നു. സിനിമാ മോഹവുമായി നല്ല പ്രായം മുഴുവൻ മദ്രാസ് നഗരത്തിൽ അലഞ്ഞ ഭാസ്കരൻ മധ്യവയസ്കനായി കഴിഞ്ഞപ്പോൾ നാട്ടിൽ തിരിച്ചെത്തിയതാണ്. അയാൾ ലളിതശ്രീക്ക് അഭയം നൽകി. അവളുടെ ഭക്ഷണവും വിദ്യാഭ്യാസവുമെല്ലാം അമ്മാവന്റെ സംരക്ഷണത്തിൽ നടന്നുപോന്നു. പ്രായത്തിനേക്കാൾ കവിഞ്ഞ വളർച്ചയും സൗന്ദര്യവുമുണ്ടായിരുന്നു ലളിതശ്രീക്ക്. അവൾക്കു പതിനാറു വയസ്സു കഴിഞ്ഞപ്പോൾ അമ്മാവൻ ഒരു നിർദ്ദേശം മുന്നോട്ടുവച്ചു. "നമുക്കു മദ്രാസിലേക്ക് പോകാം. അവിടെ എനിക്കു ചില പരിചയക്കാരൊക്കെയുണ്ട്. സിനിമയിൽ അഭിനയിക്കാൻ പറ്റിയാൽ നീ ശ്രീദേവിയെക്കാളും ഹേമമാലിനിയെക്കാളും ശോഭിക്കും."

ആ പ്രലോഭനത്തിൽ ലളിതശ്രീ മയങ്ങി. ഭാസ്കരമാമനൊപ്പം അവൾ മദ്രാസിലേക്കു യാത്രയായി. മദ്രാസ് അപ്പോഴേക്കും ചെന്നൈ ആയി രൂപം മാറിയിരുന്നു. മലയാള സിനിമകൾ തങ്ങളുടെ വേരുകൾ പിഴുതെടുത്തു തിരുവനന്തപുരത്തും എറണാകുളത്തും പുതിയ രൂപഭാവങ്ങളോടെ അടിത്തറ ഉറപ്പിച്ചിരുന്നു.

ഭാസ്കരമാമന്റെ പഴയ പരിചയത്തിൽ ലളിത്രശീക്ക് ഏതാനും തമിഴ്-തെലുങ്ക് ചിത്രങ്ങളിൽ അവസരങ്ങൾ കിട്ടി. ലളിതശ്രീ അനേകം ജൂനിയർ ആർട്ടിസ്റ്റുകൾക്കൊപ്പം വർണക്കുടകളും അല്പവസ്ത്രങ്ങളുമായി നായകന്റെയും നായികയുടെയും പിന്നിൽ നിന്നു

നൃത്തം ചെയ്തു. നായികയായി പേരെടുക്കാൻ വന്ന തനിക്ക് ഇത്തരത്തിലാണ് മുഖം കാണിക്കേണ്ടി വന്നത് എന്ന ചിന്ത ലളിതശ്രീയെ അലോസരപ്പെടുത്തി.

അക്കാലത്ത് ഒരു തമിഴ് സംവിധായകൻ അവൾക്കു തന്റെ ചിത്രത്തിൽ സഹനടിയുടെ വേഷം നൽകി.

"ഇന്തപ്പേര് സരിയായിവരാത്പൊ.. ലളിതശ്രീന്നൊരു ആർട്ടിസ്റ്റിറുക്ക്. (ഈ പേര് ശരിയാവില്ല. ലളിതശ്രീ എന്ന പേരിൽ ഒരു ആർട്ടിസ്റ്റ് സിനിമയിൽ ഉണ്ട്) അദ്ദേഹം പറഞ്ഞു.

ലളിതശ്രീ എന്ന പേരു മാറ്റി അദ്ദേഹം അവളെ 'ജയറാണി' എന്നു വിളിച്ചു. തെന്നിന്ത്യൻ താരസിംഹാസനം ജയിച്ചു കീഴടക്കി റാണിയായി വാഴട്ടെ എന്ന് അയാൾ ആശംസിച്ചു. പക്ഷേ, ജയറാണി എന്ന നടിയുടെ അഭിനയയാത്ര പത്തോ പതിനഞ്ചോ സഹനടി വേഷങ്ങളിൽ ഒതുങ്ങിപ്പോയി.

"കുറച്ചു വിട്ടുവീഴ്ചയൊക്കെ ചെയ്യാൻ തയ്യാറാകണം മോളെ. നടന്മാർക്കും സംവിധായകന്മാർക്കും വേണ്ടതു മനസ്സറിഞ്ഞു കൊടുക്കണം. എങ്കിലേ നിനക്ക് വേണ്ടത് അവരും തരൂ." ഭാസ്കരമാമൻ ഉപദേശിച്ചു.

ലളിത്രശീക്കു ശരീരം പാരിതോഷികമായി നൽകാൻ താൽപര്യമുണ്ടായിരുന്നില്ല. ഭാസ്കരമാമൻ അവളെ അഡ്ജസ്റ്റുമെന്റുകൾക്കായി നിർബന്ധിച്ചുകൊണ്ടിരുന്നു. ആയിടയ്ക്കാണു സിനിമാ ലൊക്കേഷനിൽ ഒരു അംബാസഡർ കാറുമായി സ്ഥിരം ഓട്ടത്തിനു വരുന്ന ശിവൻകുട്ടി എന്ന യുവാവിൽ ലളിതശ്രീ ആകൃഷ്ടയാകുന്നത്. അവർ ഏതാനും ആഴ്ചകൾക്കുള്ളിൽ അടുപ്പത്തിലാവുകയും ഒരുമിച്ചു ജീവിക്കാൻ തീരുമാനമെടുക്കുകയും ചെയ്തു. ഒരു രാത്രി ഷൂട്ട് കഴിഞ്ഞു ലൊക്കേഷനിൽനിന്നു മടങ്ങിയ ലളിതശ്രീ വീട്ടിലെത്തിയില്ല. അവർ ശിവൻകുട്ടിയോടൊപ്പം മറ്റൊരു വാടകവീട്ടിൽ താമസമാക്കി. ഭാസ്കരമാമൻ അന്വേഷിച്ചു കണ്ടുപിടിച്ചുവെങ്കിലും ലളിതശ്രീ അദ്ദേഹത്തിനൊപ്പം പോകാൻ തയ്യാറായില്ല. നിരാശയോടെ ഭാസ്കരമാമൻ നാട്ടിലേക്കു മടങ്ങിപ്പോയി.

ലളിതശ്രീയുടെയും ശിവൻകുട്ടിയുടെയും ദാമ്പത്യം നാലു വർഷക്കാലത്തോളം നീണ്ടുപോയി. രണ്ടു കുട്ടികൾ ജനിച്ചു. ശ്രീജിത്തും ഹരിതയും. ശിവൻകുട്ടി കടുത്ത മദ്യപനായിരുന്നു. പണത്തിനു വേണ്ടി അയാൾ ലളിതശ്രീയെ പലതിനും നിർബന്ധിച്ചു. തന്റെ ശരീരം മറ്റു പലർക്കും കാഴ്ചവയ്ക്കേണ്ടി വരുന്ന സാഹചര്യമുണ്ടാകും എന്നു തോന്നിയപ്പോൾ ലളിതശ്രീ ഭർത്താവിനെ വീട്ടിൽ

നിന്നു പുറത്താക്കി. കൈക്കുഞ്ഞായ ഹരിതയെയും മൂന്നു വയസ്സു കാരനായ ശ്രീജിത്തിനെയും തനിച്ചാക്കി ഒരു ജോലിക്കും പോകാനാവാത്ത സാഹചര്യം വന്നതോടെ നാട്ടിലേക്കു മടങ്ങാൻ ലളിതശ്രീ തീരുമാനിച്ചു. ഭാസ്കരമാമൻതന്നെ ലളിതശ്രീക്കും കുഞ്ഞുങ്ങൾക്കും അഭയമൊരുക്കി.

ലളിതശ്രീ അക്കാലത്തു പല ജോലികളും ചെയ്തു. പലയിടങ്ങളിലും വീട്ടുജോലിക്കാരിയായി പോയി. എല്ലായിടത്തും കഴുകൻ കണ്ണുകളാണു കാത്തുനിന്നത്. ഭാസ്കരമാമന് അർബുദം ബാധിച്ചതോടെയാണ് ലളിതശ്രീയുടെയും മക്കളുടെയും ആവാസവ്യവസ്ഥയുടെ അടിത്തറയിളകിയത്. എന്തു ചെയ്യണമെന്ന് അറിയില്ല. എവിടെ പോകണമെന്ന് ഒരു രൂപവുമില്ല. കുട്ടികളുടെ ആഹാരത്തിനും വസ്ത്രത്തിനും മരുന്നിനും പുറമേ ഒരു മാറാരോഗത്തിനുകൂടി ചികിത്സ കണ്ടുപിടിക്കേണ്ട അവസ്ഥ. ലളിതശ്രീ രാപകലില്ലാതെ അധ്വാനിച്ചു. എന്നിട്ടും പലപ്പോഴും പട്ടിണി മാത്രമായി മിച്ചം. ആത്മഹത്യയെക്കുറിച്ചുപോലും ചിന്തിച്ചുതുടങ്ങിയ സമയം.

ഒരു ദിവസം വീട്ടുജോലി കഴിഞ്ഞു ക്ഷീണിച്ചുവന്ന ലളിതശ്രീക്കു മുൻപിൽ ഭാസ്കരമാമൻ ഒരു വിവാഹാലോചന കൊണ്ടുവന്നുവച്ചു. വിഭാര്യനായ ഒരു കോടീശ്വരനാണ് വരൻ. രണ്ടു മക്കളുണ്ട് അയാൾക്ക്. ഒരു പെണ്ണിനെ കണ്ടുപിടിച്ചു കൊടുക്കാൻ ഭാസ്കരമാമന്റെ സുഹൃത്ത് വിവാഹദല്ലാൾ ശ്രീധരനെയാണ് വീട്ടുകാർ ചുമതലപ്പെടുത്തിയിരിക്കുന്നത്. ബാധ്യതകളൊന്നുമില്ലാത്ത ഒരു പെൺകുട്ടിയെ വേണം.

"അമ്മാവനിതെന്തിനാ എന്നോടു പറയുന്നത്. എനിക്കിനി ഒരു വിവാഹം വേണ്ട. എന്റെ രണ്ടു കുഞ്ഞുങ്ങളെയും വളർത്തി എങ്ങനെയെങ്കിലും ജീവിച്ചാൽ മതി. ലളിത്രശീ ദേഷ്യത്തോടെ പറഞ്ഞു.

"പറയുമ്പോൾ എളുപ്പമാ എങ്ങനെയെങ്കിലും ജീവിക്കാൻ. പക്ഷേ, എങ്ങനെ? രണ്ടു മക്കളും വളരുമ്പോൾ ആവശ്യങ്ങൾ കൂടും. ഈ കിളവൻ എത്രകാലമിരിക്കും. നിന്നെക്കൊണ്ടു കൂട്ടിയാൽ കൂടില്ല മോളെ."

ഭാസ്കരമാമൻ അവളെ നിർബന്ധിച്ചും ശകാരിച്ചും വിവാഹത്തിനു പ്രേരിപ്പിച്ചുകൊണ്ടിരുന്നു. ഒടുവിൽ അവൾക്ക് അർദ്ധസമ്മതം നൽകേണ്ടി വന്നു.

"ഞാൻ സമ്മതിക്കാം. എന്റെ മക്കൾക്കെങ്കിലും നല്ലൊരു ജീവിതം കിട്ടുമെങ്കിൽ ഇവരെക്കൂടി എനിക്കൊപ്പം കഴിയാൻ അദ്ദേഹം അനുവദിക്കുമോ?" ലളിത്രശീ ചോദിച്ചു.

"അവരുടെ കാര്യം ഞാൻ നോക്കിക്കോളാം. എനിക്കു പറ്റാണ്ടാകുമ്പോൾ ജോലിക്കാരെ നിർത്താം. നീ വിവാഹം കഴിച്ചെന്നോ,

നിനക്കു മക്കളുണ്ടെന്നോ അറിയിച്ചാൽ കയറിവന്ന മഹാലക്ഷ്മി പടിയിറങ്ങിപ്പോകും. എല്ലാവരുടെയും നന്മയ്ക്കായി നീ ഇതിനു സമ്മതിക്കൂ മോളേ." വൃദ്ധൻ യാചിച്ചു.

ഒടുവിൽ ലളിതശ്രീക്കു സമ്മതം നൽകേണ്ടി വന്നു. സാമ്പത്തിക ബാധ്യതകൾമൂലം പ്രായമെത്തിയെങ്കിലും വിവാഹം നടക്കാതെ വന്ന ലളിതശ്രീയെന്ന അനാഥപ്പെണ്ണായി അവർ ചന്ദ്രകുമാറെന്ന കോടീശ്വരന്റെ താലിക്കായി തലകുനിച്ചു. ചന്ദ്രകുമാറിന്റെ അമ്മയില്ലാത്ത മക്കളെ തനൂജയെയും ഹരിശാന്തിനെയും അവർ സ്വന്തം മക്കളായി വളർത്തി.

ചന്ദ്രകുമാർ ധാരാളിയായിരുന്നു. അയാൾ ഒട്ടേറെ ബിസിനസ് സ്ഥാപനങ്ങൾ നടത്തുകയും ഭൂസ്വത്തുക്കൾ വാങ്ങിക്കൂട്ടുകയും ചെയ്തു. ചന്ദ്രകുമാറിന്റെതന്നെ ഒരു സ്വകാര്യ ബാങ്ക് അക്കൗണ്ട് സർവസ്വാതന്ത്ര്യത്തോടെ അയാൾ ഭാര്യയ്ക്കു വിട്ടുനൽകി. മാസാമാസം തെറ്റില്ലാത്ത ഒരു തുക അയാൾ അതിലേക്കു നിക്ഷേപിച്ചു. അതിൽനിന്നു ലളിത്രശ്രീക്കു തന്റെ മക്കളെ സംരക്ഷിക്കാനും ഭാസ്കരമാമന്റെ ചികിത്സ നടത്താനും കഴിഞ്ഞു. ഏതാനും വർഷങ്ങൾക്കുശേഷം ഒരു ദിവസം ഭാസ്കരമാമൻ ലളിതശ്രീയെ ഫോൺ ചെയ്തു സ്വന്തം വീട്ടിലേക്കു വരുത്തി. അവിടെ ലളിതശ്രീയെ കാത്തിരുന്നതു ശിവൻകുട്ടിയായിരുന്നു. തന്റെ ഭാര്യയെയും മക്കളെയും കൂട്ടിക്കൊണ്ടു ചെന്നൈയ്ക്കു പോകാനാണ് താൻ വന്നത് എന്നയാൾ പറഞ്ഞു. ലളിതശ്രീക്ക് അയാൾക്കൊപ്പം പോകുവാൻ ആകില്ലായിരുന്നു. ചന്ദ്രകുമാറിന്റെ ഭാര്യാപദവിയോ ആ മക്കളുടെ പോറ്റമ്മ സ്ഥാനമോ ത്യജിച്ചു വീണ്ടും പഴയ നരകത്തിലേക്കു തിരിച്ചു പോകുവാൻ അവർ താല്പര്യപ്പെട്ടില്ല.

ശിവൻകുട്ടിക്കും മറ്റൊരാൾക്കൊപ്പം ജീവിച്ച ഭാര്യയെ വേണമെന്നില്ല. പകരം ഒരു നിബന്ധന അയാൾ വച്ചു. തനിക്കും എന്തെങ്കിലുമൊരു ജീവിതമാർഗം കാണിച്ചു തരണം. ഇല്ലെങ്കിൽ നടന്നതെല്ലാം ചന്ദ്രകുമാറിനെ അറിയിച്ചു ലളിതശ്രീയുടെ ജീവിതം നശിപ്പിക്കും.

ആ ഭീഷണിക്കു മുൻപിൽ ലളിതശ്രീ വഴങ്ങിക്കൊടുത്തു. അമ്മയില്ലാതെ വളരുന്ന തന്റെ മക്കൾക്ക് - ഹരിതയ്ക്കും ശ്രീജിത്തിനും അച്ഛനെയെങ്കിലും കിട്ടുമല്ലോ എന്നത് അവർക്ക് ആശ്വാസമായിരുന്നു. ശിവൻകുട്ടിക്കു ചന്ദ്രകുമാറിന്റെ ഡ്രൈവർ ജോലി കിട്ടുവാൻ വേണ്ട സഹായങ്ങൾ ലളിതശ്രീ ചെയ്തുകൊടുത്തു. ശിവൻകുട്ടി തന്റെ സാമർത്ഥ്യംകൊണ്ട് ഉയരങ്ങൾ കീഴടക്കി. ഭാസ്കരമാമനെയും മക്കളെയും അയാൾ സംരക്ഷിച്ചു.

ഒരു രഹസ്യത്തിന്റെ ഭാരം മനസ്സിൽ ഉണ്ടായിരുന്നുവെങ്കിലും കുറ്റബോധമില്ലാതെതന്നെ ലളിതശ്രീ ജീവിച്ചുപോന്നു. ശിവൻകുട്ടി യേക്കാൾ അവർ ചന്ദ്രകുമാറിനെ സ്നേഹിച്ചു. തന്റെ മക്കളേക്കാൾ തനൂജയെയും ഹരിശാന്തിനെയും സ്നേഹിച്ചു. വല്ലപ്പോഴും സ്വകാര്യമായി തങ്ങളെ കാണാനെത്തുന്ന ലളിതശ്രീയോടു ഹരി തയോ ശ്രീജിത്തോ വലിയ പ്രതിപത്തി പുലർത്തിയിരുന്നില്ല. മക്കൾക്കു വിവാഹപ്രായമെത്തുമ്പോൾ നൽകാനായി കരുതിവച്ചി രുന്ന സമ്പാദ്യമെല്ലാം ലളിതശ്രീ, ഹരിത സ്വന്തം പേരിൽ ബാങ്ക് അക്കൗണ്ട് തുടങ്ങിയപ്പോൾ അവിടേക്കു മാറ്റി. അതിനായി നെറ്റ് ബാങ്കിങ് സേവനങ്ങളെയാണ് അവർ ആശ്രയിച്ചിരുന്നത്. ഹരിത യുടെ അതേ അക്കൗണ്ട് തന്നെയാണ് ശിവൻകുട്ടി തന്റെ സമ്പാദ്യം പൂഴ്ത്തിവയ്ക്കുവാനും ഉപയോഗിച്ചിരുന്നത് എന്നു ലളിതശ്രീ വളരെ വൈകിയാണ് അറിഞ്ഞത്.

ഹരിശാന്ത് വയനാട് സന്ദർശനത്തിനു പോയതും ഹരിതയെ കണ്ടതുമൊക്കെ ലളിതശ്രീ അറിഞ്ഞിരുന്നില്ല. ഒരു ദിവസം ശിവൻ കുട്ടി പതിവില്ലാതെ ലളിതശ്രീയെ വിളിക്കുകയും ഹരിതയെ വന്നു കാണണമെന്ന് ആവശ്യപ്പെടുകയും ചെയ്തു. ചന്ദ്രകുമാർ വീട്ടിൽ ഇല്ലാതിരുന്ന സമയമാണ്. ലളിതശ്രീ കാറുമെടുത്തു മാനന്തവാടി യിലെത്തി. സമയം സന്ധ്യ കഴിഞ്ഞിരുന്നു. വീട്ടിലെത്തിക്കഴിഞ്ഞാണ് ശിവൻകുട്ടി വിവരം പറയുന്നത്.

"ഹരിത ഗർഭിണിയാണ്."

തലയ്ക്കു കുറുകെ അടി കിട്ടിയതുപോൽ ലളിതശ്രീ വിറച്ചു പോയി. ഇത്രയുംകാലം താൻ ജീവിച്ചത് തന്റെ നാലു മക്കൾക്കു വേണ്ടിയാണ്. ആരെയും വേറിട്ടു കണ്ടിട്ടില്ല. എന്നിട്ട് അതിലൊ രെണ്ണം പിഴച്ചുപോയിരിക്കുന്നു.

"സംഭവിച്ചതു സംഭവിച്ചു. ബാക്കിയെന്താണെന്ന് ഇനി ആലോ ചിക്കാം. ആരാണ് ഉത്തരവാദിയെന്ന് അവളു പറയുന്നില്ല." ശിവൻ കുട്ടി പറഞ്ഞു.

ലളിതശ്രീ അടച്ചിട്ട മുറിയിലിരുന്നു മകളോടു സംസാരിച്ചു.

"എന്റെ മോളേ, ഇക്കാലമത്രയും നിങ്ങളുടെ ഭാവിക്കുവേണ്ടി യല്ലേ ഞാൻ ജീവിച്ചത്. മാനക്കേടു വരുത്താതെ ഇതിനുത്തരവാദി ആരാണെന്നു പറ. എങ്ങനെയെങ്കിലും നമുക്കു കല്യാണം നടത്താം." ലളിതശ്രീ അനുനയസ്വരത്തിൽ പറഞ്ഞു.

"എങ്ങനെയെങ്കിലും അമ്മയിതു നടത്തിത്തരണം. അച്ഛനോടു പറഞ്ഞാൽ എങ്ങനെ പ്രതികരിക്കുമെന്നെനിക്ക് അറിയില്ല. അതാ

ഞാൻ അമ്മയെ കാണണമെന്ന് ആവശ്യപ്പെട്ടത്. ഹരിയേട്ടനും ഞാനും തമ്മിൽ സ്നേഹിച്ചുപോയി. ഞങ്ങളെ പിരിക്കരുത്."

ഹരിത പറഞ്ഞപ്പോൾ ആദ്യം ലളിതശ്രീക്ക് ആളെ മനസ്സിലായില്ല. ഹരിശാന്താണ് തന്റെ മകളുടെ കാമുകൻ എന്നു കേട്ടതും അവർ നടുങ്ങിപ്പോയി.

"എടീ, അവൻ... അവനെന്റെ മകനാണെന്ന് നിനക്കറിയാത്തതാണോ? നിന്റെ സഹോദരനല്ലേടീ ഹരിക്കുട്ടൻ?" ലളിതശ്രീ കോപാകുലയായി.

"എനിക്കൊരു സഹോദരനേയുള്ളൂ. ശ്രീജിത്തേട്ടൻ. ഹരിയേട്ടനെ അമ്മ പ്രസവിച്ചതാണോ? എന്റച്ഛന്റെ മകനാണോ? അല്ലല്ലോ. പിന്നെന്താ ഞങ്ങളു സ്നേഹിച്ചതിൽ തെറ്റ്?" ഹരിത ചോദിച്ചു.

ലളിതശ്രീ അമ്പരന്നുപോയി. സത്യമാണ് മകൾ ചോദിച്ചത്. പക്ഷേ, അതെങ്ങനെ ശരിയാകും. തനിക്കു രണ്ടുപേരും മക്കളല്ലേ.

"എനിക്കറിയാം അമ്മയ്ക്ക് ഷോക്കാവുന്ന്. പക്ഷേ, ഒന്നും മനപ്പൂർവ്വമല്ലമ്മേ. ഹരിയേട്ടനോട് ആദ്യമൊരു സൗഹൃദമാ എനിക്കു തോന്നിയത്. പിന്നെ സംസാരിച്ചും അടുത്തു കഴിഞ്ഞപ്പോൾ അതിഷ്ടമായി മാറി. എങ്ങനെ നോക്കിയാലും ഞങ്ങൾ തമ്മിൽ സഹോദരബന്ധമില്ലല്ലോ അമ്മേ. പിന്നെന്താ?"

ഹരിത സാന്ത്വനസ്വരത്തിലായിരുന്നു സംസാരിച്ചത്. ലളിതശ്രീക്കു പക്ഷേ, മകളോടു വെറുപ്പാണ് തോന്നിയത്. എത്രയോ പുരുഷന്മാർ ലോകത്തുണ്ട്. ഇവൾക്ക് തന്റെ മകനെ മാത്രമേ കിട്ടിയുള്ളോ. ഹരിശാന്ത് ഒന്നുമറിയാത്ത നിരപരാധിയാണ്. പക്ഷേ, ഇവൾ അറിഞ്ഞുകൊണ്ടുതന്നെ പറ്റിക്കുകയായിരുന്നില്ലേ. തലങ്ങും വിലങ്ങും ലളിതശ്രീ മകളെ അടിച്ചു.

"ഒരിക്കലും ഇതു നടക്കുമെന്നു നീ സ്വപ്നം കാണണ്ടാ. നാളെത്തന്നെ നിന്റെ വയറ്റിൽ പിറന്ന പിശാചുകുഞ്ഞിനെ നശിപ്പിച്ചോണം." അവർ അന്ത്യശാസനം നൽകി.

ബഹളം കേട്ട് ശിവൻകുട്ടിയും കതകു തുറന്ന് അകത്തു കയറി വന്നു.

"ഹരിയേട്ടനില്ലാതെ എനിക്കൊരു ജീവിതമില്ല. നിങ്ങൾ നിങ്ങളുടെ സുഖം തേടി പോയതുകൊണ്ടല്ലേ ഞങ്ങൾ അമ്മയില്ലാതെ ജീവിക്കേണ്ടി വന്നത്. എനിക്കും എന്റെ ജീവിതമാ വലുത്. ഞാൻ ഹരിയേട്ടനൊപ്പം പോകും." ഹരിത അടികൊണ്ട് ദേഷ്യത്തിൽ വീറോടെ പറഞ്ഞു.

ലളിതശ്രീ അവളുടെ മുടിക്കു ചുറ്റിപ്പിടിച്ചു.

"പിശാചേ, എന്റെ ജീവനുരുക്കിത്തന്നാ നിന്നെയൊക്കെ വളർത്തിയത്. ഹരിക്കുട്ടൻ എന്റെ വയറ്റിൽ പിറക്കാതെ പോയ മകനാടീ. നിനക്കു വേറെ ആരെയും കിട്ടിയില്ല അല്ലേ?"

ലളിതശ്രീ ഹരിതയെ ഭിത്തിയുടെ നേർക്കു തള്ളിയെറിഞ്ഞു. തനിക്കു ഭ്രാന്തു പിടിക്കുന്നുവെന്നു ലളിത്രശീക്കും തോന്നുന്നുണ്ടായിരുന്നു. മുഖമടച്ചു വീണ ഹരിത മുറിക്കോണിൽ കുഴഞ്ഞിരുന്നു. ഭദ്രകാളിയെപ്പോലെ അമ്മയെ നോക്കി.

"എന്റെ ജീവിതം നശിപ്പിച്ചാൽ ഞാൻ നിങ്ങളെ വെറുതെ വിടുമെന്നു കരുതണ്ട. ഹരിയേട്ടന്റെ അച്ഛനോട് ഞാൻ എല്ലാം പറയും. രണ്ടു മക്കളെ ഇവിടെ പ്രസവിച്ചിട്ടിട്ടാണ് നിങ്ങളവിടെ ഭാര്യാവേഷം കെട്ടി നടക്കുന്നതെന്നു ഞാൻ പറയും."

ലളിതശ്രീ പാഞ്ഞുവന്ന് ഹരിതയെ കൈയിൽ പിടിച്ചുവലിച്ചെഴുന്നേൽപിച്ച് ഇരുചെകിട്ടത്തും മാറിമാറി അടിച്ചു. ഹരിത അവരെ മുറിക്കോണിലേക്കു തള്ളിയിട്ടു. ലളിതശ്രീ വീണുപോയി. ശിവൻകുട്ടി വന്നു ഹരിതയുടെ മുഖത്തടിച്ചു.

"മിണ്ടാതെ പറയുന്നത് അനുസരിക്കെടീ."

ഹരിത മുറിവേറ്റ പകയോടെ അയാൾക്കു നേരെ വിരൽ ചൂണ്ടി.

"ആരെയും ഞാൻ വെറുതെ വിടില്ല. ഹരിയേട്ടനൊപ്പം ജീവിക്കാൻ സമ്മതിച്ചില്ലെങ്കിൽ എന്റെ പേരിൽ കൊള്ള നടത്തി നിക്ഷേപിച്ചതിൽ ഒരു രൂപ നിങ്ങൾക്കു കിട്ടുമെന്നു കരുതണ്ട."

ശിവൻകുട്ടിയുടെ നിയന്ത്രണം നഷ്ടപ്പെട്ടുപോയി. അയാൾ മകളുടെ കഴുത്തിൽ കുത്തിപ്പിടിച്ചു പിന്നോട്ടു തള്ളി. ഭിത്തിയിൽ തലയിടിച്ച് ഹരിതയുടെ കണ്ണുകൾ തുറിച്ചുന്തി. ശിവൻകുട്ടി അവളുടെ കഴുത്തിൽ കുത്തിപ്പിടിച്ചു ഞെരിച്ചു.

"കൊന്നുകളയും ഞാൻ ശവമേ."

ഹരിതയുടെ കൈത്തലം അയാളുടെ നെഞ്ചിൽ അള്ളിപ്പിടിച്ചു. ഷർട്ടിനു മീതെ മാംസത്തിൽ നഖങ്ങൾ ആഴ്ന്നിറങ്ങി. ശിവൻകുട്ടി ഹരിതയുടെ കഴുത്തിൽ പിടിച്ചു വലിച്ചെടുത്തിട്ടു പിന്നിലേക്ക് ഒരു ഇടി ഇടിച്ചു. അയാളുടെ മാറിലെ പിടിത്തം അയഞ്ഞു. ശിവൻകുട്ടി കൈ പിൻവലിച്ചപ്പോൾ ഭിത്തിയിലൂടെ ഊർന്നു ഹരിത നിലത്തേക്കു വീണു

"അവൾ മരിച്ചുപോയീന്ന് അല്പംകൂടി കഴിഞ്ഞാണ് ഞങ്ങൾക്കു മനസ്സിലായത്." വിറപൂണ്ട സ്വരത്തിൽ ലളിതശ്രീ പറഞ്ഞു നിർത്തി.

സത്യജിത് ആ കൊലപാതകദൃശ്യം കൺമുന്നിൽ കണ്ടതു പോലെ നടുങ്ങി ഇരിക്കുകയാണ്. ലളിതശ്രീ നെറ്റിയിലേക്കു കൈ താങ്ങി കുനിഞ്ഞിരുന്നു.

“സ്വന്തം മകളെ ഇല്ലാതാക്കിയിട്ട് നിങ്ങൾ നിങ്ങളുടെ ജീവിതം സുരക്ഷിതമാക്കി അല്ലേ?”സത്യജിത് അമർഷത്തോടെ ചോദിച്ചു.

ലളിതശ്രീ മുഖമുയർത്തി.

“ഒരിക്കലുമില്ല. അറിയാതെ സംഭവിച്ചുപോയ ഒരു അബദ്ധം. അതു പുറത്തറിഞ്ഞാൽ എന്റെ മറ്റു മക്കളുടെ ജീവിതവും ഭാവിയും നശിക്കും. ചന്ദ്രേട്ടന്റെ മുഖത്ത് അപമാനത്തിന്റെ ചെളി വീഴും. അതു കൊണ്ടാ എല്ലാം ഞാൻ ഉള്ളിലൊതുക്കിയത്.” ആഴമുള്ള സ്വര ത്തിൽ അവർ പറഞ്ഞു.

“എന്നിട്ടാ ശരീരം എന്തു ചെയ്തു?”

“എനിക്കറിയില്ല. അവൾ മരിച്ചു എന്നു ബോധ്യമായപ്പോൾ ആത്മ ഹത്യ ചെയ്തേക്കാമെന്നു ഞാൻ വിചാരിച്ചു. ശിവേട്ടനാ എന്നെ തടഞ്ഞത്. സമാധാനിപ്പിച്ച് എന്നെ മടക്കി അയച്ചു. പോകും മുൻപ് ഞാനെന്റെ മോളുടെ ശരീരം ഒരിക്കൽകൂടി കണ്ടു. അവളുടെ കാലിൽ തൊട്ടു മാപ്പു പറഞ്ഞു, എനിക്കത്രയേ നിവൃത്തിയുള്ളാ രുന്നു.”

ലളിതശ്രീ കരച്ചിലോടെ മുഖം ടേബിളിലേക്കു ചായ്ച്ചു വച്ചു.

* * *

ചന്ദ്രകുമാർ പുറത്തുവരുമ്പോൾ അർദ്ധരാത്രി കഴിഞ്ഞിരുന്നു. ഹരി ശാന്തും തനൂജയും കാത്തിരുന്നു മടുത്തിരുന്നു. അച്ഛനെ കണ്ട് അവർ എഴുന്നേറ്റു.

“നമുക്ക് എസ്റ്റേറ്റിലേക്കു പോകാം.” അയാൾ മക്കളോടു പറഞ്ഞു.

“അമ്മയെവിടെ?” തനുജ ചോദിച്ചു.

“പറയാം. നിങ്ങൾ വാ.”

ചന്ദ്രകുമാർ മക്കളെ ഇരുവരെയും ചേർത്തുപിടിച്ചു നിലാവിൽ കുളിച്ചു കിടക്കുന്ന ഗസ്റ്റ്ഹൗസിന്റെ മുറ്റത്തേക്ക് ഇറങ്ങിപ്പോയി. ഒരു പാടു വർഷങ്ങൾക്കു ശേഷമാണ് അമ്മയില്ലാതെ വീണ്ടും തന്റെ കുഞ്ഞുങ്ങളെ അനാഥരായി കാണുന്നതെന്നു ചന്ദ്രകുമാർ ഓർത്തു. കഴിഞ്ഞുപോയ വർഷങ്ങളിൽ ഒരിക്കലും ലളിതശ്രീ അങ്ങനെ യൊരു ചിന്തയ്ക്ക് അവസരമുണ്ടാക്കിയിട്ടില്ല. കാറിനരികിലേക്കു മക്കളെയും ചേർത്തുപിടിച്ച് ഇടറുന്ന ചുവടുകളോടെ ചന്ദ്രകുമാർ നടന്നുപോയി.

* * *

ശിവൻകുട്ടിയുടെ പ്രതിരോധസീമകളെല്ലാം വെളുപ്പാൻകാലമായപ്പോഴേക്കും തകർന്നുകഴിഞ്ഞിരുന്നു. ഉറക്കക്ഷീണവും വിശപ്പും അയാളെ തളർത്തി. ലളിതശ്രീ കുറ്റമേറ്റു പറഞ്ഞതോടെ അയാൾക്കും കീഴടങ്ങുകയേ നിവൃത്തിയുണ്ടായിരുന്നുള്ളൂ.

ലളിതശ്രീയെ പറഞ്ഞയച്ചിട്ടു ഹരിതയെ കിടത്തിയിരുന്ന മുറി അയാൾ പുറത്തുനിന്നു പൂട്ടി എന്ന് സത്യജിത്തിനോടു പറഞ്ഞു. സിനിമ കാണാൻ പോയ ശ്രീജിത് തിരിച്ചു വരുമ്പോൾ മരണവിവരം അറിയാതിരിക്കാനായിരുന്നു അത്. ആരുടെയെങ്കിലും സഹായം കൂടാതെ മൃതദേഹം മറവു ചെയ്യുക എളുപ്പമല്ലെന്നു ശിവൻകുട്ടിക്ക് അറിയാമായിരുന്നു. മുമ്പു കാപ്പിക്കുരു മോഷണത്തിന് എസ്റ്റേറ്റിൽ നിന്നു തൊഴിലാളികൾ പിടിച്ച ഫിറോസിനെ കേസ്സിൽപെടാതെ രക്ഷിച്ചതു ശിവൻകുട്ടിയായിരുന്നു. ശ്രീജിത്തിന്റെ സുഹൃത്താണെങ്കിലും തന്റെ വഴിവിട്ട ചില സഞ്ചാരപാതകളിൽ ശിവൻകുട്ടി അവനെ കൂട്ടുവിളിച്ചിട്ടുണ്ട്.

ശിവൻകുട്ടി അവനെ വീട്ടിലേക്കു ഫോൺ വിളിച്ചു വരുത്തി. ഒരു മൃതദേഹം അടക്കം ചെയ്യാൻ സഹായിക്കണമെന്നും എത്ര തുക കിട്ടിയാൽ കൂടെ നിൽക്കുമെന്നും ചോദിച്ചു

"ശിവങ്കുട്ടിച്ചേട്ടൻ പറഞ്ഞോ. ഒത്താൽ ഞാൻ സമ്മതിക്കാം."

ശിവൻകുട്ടി അവന് ഒരു ലക്ഷം രൂപ വാഗ്ദാനം ചെയ്തു. ഫിറോസിനുപക്ഷേ, മരിച്ചത് ഹരിതയാണെന്നറിഞ്ഞപ്പോൾ നടുക്കമായി.

"എന്തിനാ ശിവങ്കുട്ടേട്ടാ കൊന്നുകളഞ്ഞത്. ഞാൻ കൊണ്ടുപൊയ്ക്കോളുവാരുന്നില്ലേ എങ്ങോട്ടേലും. എനിക്ക് ഇഷ്ടമാരുന്നു." ഫിറോസ് കണ്ണുനിറഞ്ഞു പറഞ്ഞു.

ആ വാക്കുകൾ ശിവൻകുട്ടി മനസ്സിൽ കുറിച്ചു. എസ്റ്റേറ്റിന്റെയും വീടിന്റെയും നടുവിലുള്ള കാപ്പി പതാലിൽ കുഴിയെടുത്ത് ഹരിതയുടെ മൃതദേഹം മൂടിയിട്ടു തിരിച്ചുപോരുമ്പോൾ ശിവൻകുട്ടി ഫിറോസിനോടു ചോദിച്ചു: "നീയെനിക്കൊരു സഹായം ചെയ്യാവോ? നാടുവിട്ടു കുറച്ചുനാളു നിൽക്ക്. പണം എത്ര വേണമെങ്കിലും തരാം."

അയാൾ തന്റെ പദ്ധതി വിവരിച്ചു. ഹരിതയെ കാണാതായാൽ നാട്ടിൽ മുഴുവൻ സംസാരമാകും. ചോദ്യവും പറച്ചിലും പൊലീസ് അന്വേഷണവും വരും. അതൊഴിവാക്കാൻ ഹരിതയും ഫിറോസുമായി ഒളിച്ചോടി എന്നു വരുത്തിത്തീർത്താൽ മതി. പ്രതിഫലമായി ഫിറോസ് ചോദിച്ചത് തന്റെ ഉമ്മയ്ക്ക് കയറിക്കിടക്കാൻ ഒരു കൂരയായിരുന്നു. ശിവൻകുട്ടി സമ്മതിച്ചു

അന്നു രാത്രി തന്റെ ഓട്ടോയുമായി ഫിറോസ് നാടു കടന്നു. മകളുടെ ഒളിച്ചോട്ട കഥയ്ക്ക് ശിവൻകുട്ടി പ്രചാരവും കൊടുത്തു.

എല്ലാം കേട്ടുകഴിഞ്ഞപ്പോൾ സത്യജിത് ചോദിച്ചു. "പിന്നെ നീയെന്തിനാ ഫിറോസിനെകൂടി കൊലപ്പെടുത്താൻ തീരുമാനിച്ചത്?"

ശിവൻകുട്ടിയുടെ കണ്ണുകൾ ചെറുതായി.

"കാപ്പി പതാൽ മുഴുവൻ ഞങ്ങൾ കിളച്ചു മറിക്കും. സത്യം പറഞ്ഞാൽ നല്ലത്."

അവനു വീടു വച്ചുകൊടുക്കാൻ ഞാൻ പത്തിരുപതു ലക്ഷം രൂപ മുടക്കി. വീണ്ടുമൊരു പത്തുലക്ഷംകൂടി വേണമെന്ന് അവൻ പറഞ്ഞു. ഇല്ലെങ്കിൽ എല്ലാം പുറത്തുപറയുമെന്നു ഭീഷണിയും."

"നീയെന്തു ചെയ്തെന്നു പറഞ്ഞാൽ മതി."

"പണം കൊടുക്കാമെന്നു പറഞ്ഞു വിളിച്ചു വീട്ടിൽ വരുത്തി. ചാരായം കുടിപ്പിച്ചു. അതിൽ വിഷം ചേർത്തിട്ടുണ്ടായിരുന്നു."

സത്യജിത്തിന്റെ മുഖം മുറുകി വന്നു.

"എന്തു ചെയ്തു അവന്റെ ശവം?"

"കാപ്പി പതാലിൽ നേരത്തേ കുഴിയെടുത്തിട്ടുണ്ടായിരുന്നു. രാത്രിതന്നെ അതിലിട്ടു മൂടി."

സത്യജിത് കൈവീശി ഒറ്റയടി കൊടുത്തു. ശിവൻകുട്ടി കറങ്ങി നിലത്തേക്കു വീണു.

* * *

പകൽ പതിനൊന്നുമണിയോടെ പൊലിസ് സംഘം എസ്റ്റേറ്റ് ബംഗ്ലാവിൽ എത്തി. തെളിവെടുപ്പിനായി ലളിതശ്രീയെയും ശിവൻകുട്ടിയെയും ജീപ്പിൽ നിന്നിറക്കി വീട്ടിലേക്കുള്ള വഴിയേ നടത്തിക്കൊണ്ടുപോയി. ഹരിശാന്തിനോടു തനൂജയും ചന്ദ്രകുമാറും ചേർന്നു വിവരം പറഞ്ഞിരുന്നു. ഹരിത കൊല്ലപ്പെട്ടു കഴിഞ്ഞു എന്ന വാർത്ത ഹരിശാന്തിനു ഹൃദയഭേദകമായിരുന്നു. അവളെ കാണാതായതു മുതൽ കള്ളക്കഥകളിൽ വിശ്വസിച്ചു വെറുപ്പു മനസ്സിൽ വളർത്തിയതിന് അവനു തന്നോടുതന്നെ വെറുപ്പു തോന്നി. തന്നെ മാത്രം സ്നേഹിച്ച, തന്റെ കുഞ്ഞിനെ ഗർഭത്തിൽ ചുമന്ന ഒരു പെൺകുട്ടി ഇല്ലാതായിട്ടും അതറിയാതെ ജീവിച്ച താൻ വെറും മടയനായിപ്പോയല്ലോ എന്ന് അവൻ സ്വയം പരിതപിച്ചുകൊണ്ട് രാത്രി ചെലവഴിച്ചു. ഇപ്പോൾ പൊലീസ്സംഘം എത്തിയപ്പോൾ ഹരിശാന്തും പറമ്പിലേക്കു പോകണമെന്നു വാശിപിടിച്ചു. ആർക്കും അവനെ തടയുവാൻ ആകുമായിരുന്നില്ല.

ശിവൻകുട്ടി കാണിച്ചുകൊടുത്ത ഇടത്ത് ഒരാൾ മൺവെട്ടി കൊണ്ടു വെട്ടിത്തുടങ്ങി. തനൂജയും ഹരിശാന്തിനൊപ്പം പറമ്പിലേക്കു ചെന്നിരുന്നു. പറഞ്ഞും കേട്ടും ആൾക്കൂട്ടം വന്നുചേർന്നുകൊണ്ടിരുന്നു. ഒടുവിൽ ഹരിതയുടെ ശരീരാവശിഷ്ടങ്ങൾ പുറത്തെടുക്കപ്പെട്ടു. ലളിത്രശ്രീ കരഞ്ഞുകൊണ്ടു തറയിലേക്ക് ഊർന്നിരുന്നു. പൊലീസ് അവർക്കു ചുറ്റും ജനരോഷം പേടിച്ചു ബന്തവസ്സു തീർത്തിരുന്നു. ഹരിതയുടെ ദാവണി മണ്ണിൽനിന്ന് ഉയർത്തിയെടുത്തപ്പോൾ ഹരിശാന്തിനു നെഞ്ചു പൊട്ടുംപോലെ തോന്നി.

അസ്ഥിഖണ്ഡങ്ങളും ആഭരണങ്ങളും വസ്ത്രാവശിഷ്ടങ്ങളും കുഴിയിൽനിന്നു പുറത്തെടുക്കപ്പെട്ടു. ഹരിശാന്ത് കാപ്പിയുടെ തടിക്കു മീതേക്ക് നെറ്റി ഒരിടിയിടിച്ചു. തനൂജ കരച്ചിലോടെ വന്ന് അവനെ ചുറ്റിപ്പിടിച്ചു. പൊലീസ്സംഘം ശിവൻകുട്ടിയോടൊപ്പം ഫിറോസിനെ കുഴിച്ചിട്ടടത്തേക്കു നീങ്ങി.

* * *

മാസങ്ങൾക്കു ശേഷം...

തനൂജ പുതിയ ജോലിസ്ഥലത്തായിരുന്നു. ഒരു വിസിറ്ററുണ്ടെന്ന് അതൃപ്തി നിറഞ്ഞ മുഖത്തോടെ മാനേജർ വന്നു പറഞ്ഞപ്പോൾ അവൾ പുറത്തേക്കു ചെന്നു. സത്യജിത് മഫ്ടിയിൽ നിൽക്കുന്നതു കണ്ട് അവൾക്ക് ആശ്ചര്യമായി.

“ഹായ്...” അവൾ പുഞ്ചിരിയോടെ വിഷ് ചെയ്തു.

“തീരെ പ്രതീക്ഷിച്ചില്ല അല്ലേ? ഒരു കാര്യം പറയാനാ വന്നത്. എനിക്കു ട്രാൻസ്ഫറായി. വിത് പ്രമോഷൻ.”

“കൺഗ്രാറ്റ്സ്.” തനൂജ പറഞ്ഞു.

“ഹരിയേട്ടൻ എവിടെ? സത്യജിത് ചോദിച്ചു.

“റിസോർട്ടിലേക്കു പോയിത്തുടങ്ങി. മനസ്സിനേറ്റ ഷോക്ക് മാറി വരുന്നു.

“തനിക്കു കല്യാണാലോചന ഒന്നും വരുന്നില്ലേ?” സത്യജിത് ചിരിയോടെ ചോദിച്ചു.

“ഇയാൾ അന്വേഷിച്ചു കണ്ടുപിടിച്ച കേസിലെ പ്രതിയുടെ കുടുംബവുമായി ഒരു ബന്ധവും വേണ്ടെന്നു വീട്ടുകാർ പറഞ്ഞപ്പോൾ സലാം വച്ചു പോയതല്ലേ. പിന്നെന്തിനാ ഇപ്പോ അന്വേഷിക്കുന്നത്?”

“വീട്ടുകാരുടെ എതിർപ്പൊക്കെ ഞാൻ പറഞ്ഞു മാറ്റി. ട്രാൻസ്ഫറായി പോകുന്നതിനു മുൻപു നിശ്ചയമെങ്കിലും നടത്തിവയ്ക്കണമെന്നുണ്ട്. വല്ല രക്ഷയുമുണ്ടോ?”

"അതൊക്കെ ഇനി എന്റെ വീട്ടുകാരോടു ചോദിച്ചിട്ടു തീരുമാനിക്ക്. അച്ഛനോടും ഹരിയേട്ടനോടും." തനൂജ പറഞ്ഞു.

"തന്റെ സമ്മതമാ എനിക്കു വേണ്ടത്." സത്യജിത് പറഞ്ഞു.

"എനിക്ക് വാക്ക് ഒന്നേയുള്ളൂ. അന്നും ഇന്നും." തനൂജ പറഞ്ഞു.

സത്യജിത് അടുത്തു വന്ന് അവളുടെ താടിത്തുമ്പിൽ തൊട്ടു.

"എനിക്കും വാക്കൊന്നേയുള്ളൂ. ഇത്രയൊക്കെ കോലാഹലമുണ്ടായപ്പോൾ ഒന്നു സൈലന്റായി നിന്നൂന്നുവച്ച് തന്നെ വിട്ടുകളഞ്ഞെന്ന് അർത്ഥമൊന്നുമില്ല."

തനൂജയ്ക്കു കണ്ണുകൾ നിറഞ്ഞു. സത്യജിത് അവളുടെ നെറ്റിയിൽ ചുംബിച്ചു.

"സോറി."

തനൂജയ്ക്കു ഹൃദയം നിറഞ്ഞു. പരിസരത്തെക്കുറിച്ച് ഓർക്കാതെ അവൾ അവനെ ആലിംഗനം ചെയ്തു.

■

www.ingramcontent.com/pod-product-compliance
Lightning Source LLC
LaVergne TN
LVHW090426051026
849518LV00006B/2450